'ஆனந்த விகடன்' வார இதழில் நாயகன் தொடரில் வெளியாகி பல இலட்சம் வாசகர்களை ஈர்த்த எழுத்து...

நாயகன்
சார்லி சாப்ளின்

அஜயன் பாலா

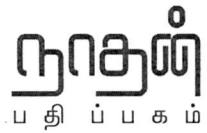

நாதன்
பதிப்பகம்

ISBN : 978-81-973456-8-5

நாதன்
பதிப்பகம்

நாயகன் சார்லி சாப்ளின் | ஆசிரியர்: அஜயன் பாலா © | நாதன் பதிப்பக முதல் பதிப்பு: 05-04-2024 | நூல் வடிவமைப்பு: ஆர்.பிரகாஷ் | அட்டை வடிவமைப்பு: லார்க் பாஸ்கரன் | வெளியீடு: நாதன் பதிப்பகம், 16/10 பாஸ்கர் தெரு, நேரு நகர், தசரதபுரம், சாலிகிராமம், சென்னை 600 093 | தொடர்புக்கு: 98840 60274 email: nathanbooks03@gmail.com

விலை: ரூ 100

www.nathanbooks.com

வாழ்வின் இணை சுதா மேரிக்கு...

என் கனவுலகை ஆட்கொண்ட கலைஞன்

கணம் தோறும் இவ்வுலகை வியப்பு மேலிடப் பார்த்துக்கொண்டிருக்கும் ஒரு சிறுவனாக பால்யகாலம் கழிந்துகொண்டிருந்த ஒரு நாளில், சாப்ளின் எனக்கு என் அண்ணனின் மூலமாக அறிமுகமானான். நான் ஏழாம் வகுப்பு படித்துக் கொண்டிருந்த சமயம்.. திருக்கழுக்குன்றத்தில் மின்வாரிய ஊழியர் குடியிருப்பில் எங்கள் வீடிருந்தது. வெளியூரில் விடுதியில் தங்கி எட்டாம் வகுப்பு படித்துக்கொண்டிருந்த அண்ணன், விடுமுறைக்கு வீட்டிற்கு வந்திருந்தபோது உடன் 'சாப்ளின்' எனும் புதிய பேரையும் கொண்டு வந்தான்.

விடுதியில் காண்பித்த ஊமை படத்தில் அவனைப் பார்த்ததாகவும் படத்தில் அவன் செய்த சாகசங்கள், வேடிக்கைகள் பரவசமாக இருந்ததாகவும் வியந்து கூறினான். அது முதல் சாப்ளினைப் பார்க்கும் ஆவல் ஒரு கனவாக என்னைத் தொற்றிக்கொண்டிருந்தது. அதன்பிறகு, இரண்டு வருடங்கள் கழித்து, தந்தையின் பணி மாறுதல் காரணமாக வீடு செங்கல்பட்டுக்கு இடம்பெயற வேண்டிவந்தது. புதிதாக குடியேறியிருந்த அந்த வீட்டை ஒட்டிய திரையரங்கில் சனி, ஞாயிறு மட்டும் காலைக் காட்சியாக ஏதேனும் ஓர் ஆங்கிலப்படம் போடுவார்கள். 'மூன்று எம்.ஜி.ஆர் வீரர்கள்' (த்ரீ சூப்பர் மென்). 'கேப்டன் மார்வல்', 'மேட் மேக்ஸ்' போன்ற திரைப்படங்களுடன் நிறைய லாரல்ஹார்டி படங்களையும் அங்கேதான் பார்த்தேன்.

ஒவ்வொரு வெள்ளிக்கிழமையும், மாலை பள்ளி விட்டு வீடு திரும்பும்போது, தவறாமல் தியேட்டர் வாசலில் ஒட்டப்பட்டிருக்கும் போஸ்டரைப் பார்த்து, மறுநாள்

போடப்போகும் ஆங்கிலப் படத்தைத் தெரிந்துகொள்வேன். அப்படியாக ஒரு வெள்ளிக்கிழமையில் அங்கே சென்றிருந்தபோது ‘தி கிட்’ சார்லி சாப்ளினின் படத்துடன் போஸ்டர் ஒட்டப்பட்டிருந்தது. மறுநாள் காலை தியேட்டர் கவுன்டரில் டிக்கட்டுக்காக ஓடிவந்து நிற்பது வரை இருப்பு கொள்ளவில்லை. நான் பார்த்த முதல் சாப்ளின் படம் அதுதான். ஆனால், என் அண்ணன் சொன்னது போல சாப்ளினின் பெரிய சாகசம் எதுவும் இல்லை என்றாலும், அதில் ஒரு தாய் தன் குழந்தையை அனாதையாக காரில் விட்டுச்செல்லும் காட்சி என் மனதை மிகவும் பாதித்தது. படம் பார்த்து வெகுநாட்கள் கழிந்த பிறகும், அந்தக் காட்சியின் சோகம் மனதை விட்டு அகலாமல் ஒரு படிமமாகத் தேங்கிவிட்டிருந்தது.

பிறகு, சிறகுகள் விரியத்துவங்கி கல்லூரி காலம் முடிந்து, சினிமா ஒரு பெரும் கனவாக என்னைத் துரத்த ஆரம்பித்த காலத்தில், சாப்ளின் எனும் பெயரைப் பத்திரிகைகளின் வாயிலாக அடிக்கடி சந்திக்க நேர்ந்ததே ஒழிய, அது என்னைப் பெரிதாக ஈர்க்கவில்லை. சினிமா குறித்த புரிதல்கள் எனக்குள் நல்ல சினிமாவின் ரசனையைத் தோற்றுவித்த பிறகு, ஒருநாள் நண்பனின் அழைப்பின்பேரில் பிலிம் சேம்பர் திரையரங்கிற்குள் நுழைந்தபோதுதான் சிட்டி லைட்ஸ்’ எனும் படத்தின் வழியாக சாப்ளினை மீண்டும் தரிசிக்கும் வாய்ப்புக் கிடைத்தது.

சிறு வயதில், சாகசக் கலைஞனாக என் கனவுலகை ஆட்கொண்ட அதே சாப்ளின், இப்போது முற்றிலுமாக வேறு ஒரு பரிணாமத்தில் என்னை ஆக்ரமித்தார்.

ஒருமுறை, அதே பிலிம் சேம்பரில், ‘தி கிரேட் டிக்டேட்டார்’ படத்தையும், குறிப்பாக அதில் வரும் கடைசிக் காட்சி வசனத்தைப் பார்த்துவிட்டு, பொங்கிய கண்ணீரை அடக்க வழி தெரியாமல், அண்ணா மேம்பாலத்தின் அடியிலேயே இருட்டில் வெகுநேரம் அமர்ந்திருந்தேன். பால்யத்தை வியக்கவைத்த அதே வசீகரம், இப்போது என் இளமையின் தனிப்பட்ட அறிவு வேட்கையையும், உணர்வு எழுச்சியையும் பெரும் ஆழம் வரை இழுத்துச்செல்லும் சக்தி மிகுந்ததாக இருப்பதுதான் என்னைப் பெரும் ஆச்சர்யப்படுத்துவதாக இருக்கிறது.

மலை, மரம், அருவி போன்ற இயற்கையின் அனைத்து படைப்புகளும், நம் வயதுகளுக்கு ஒவ்வொரு காலத்தில் ஒவ்வொரு சேதி சொல்வது போல, சாப்ளின் இன்று வரை, என்னை எல்லா வயதுகளிலும் வியக்க வைப்பவராகவே இருந்து வருகிறார். அப்படிப்பட்ட சாப்ளினின் வாழ்க்கையை ஆனந்த விகடனில் 'நாயகன்' தொடரில் எழுத நேர்ந்ததை வாழ்வின் பாக்கியமாகவே கருதுகிறேன்.

என்னை, நேரிலும் தொலைபேசியிலும் பாராட்டிய சக எழுத்தாளர்கள், உதவி இயக்குனர்கள் ஆகியோரை நன்றியுடன் நினைவுகூர்கிறேன். ஒரு பொது நிகழ்ச்சியின்போது, 'நீங்கள்தானே சாப்ளினை தொடராக எழுதியது?' எனக் கேட்டு மனமுவந்து பாராட்டிய இயக்குனர் சேரன், 'எனக்கு மிகவும் பெருமையாக இருக்கிறது' என நெகிழ்ந்த இயக்குனர் பாலசேகர், 'சாப்ளினை கோடம்பாக்கமே வாசித்துக் கொண்டிருக்கிறது' என உற்சாகப்படுத்திய எழுத்தாளரும் ஒளிப்பதிவாளருமாகிய நண்பர் செழியன், தொடரை விடாமல் படித்து வருவதாகப் பாராட்டிப் பேசிய இயக்குனர் லிங்குசாமி மற்றும் எனது எல்லா எழுத்துகளையும் வாசித்த கையுடன் பாராட்டு தெரிவிக்கும் இயக்குனர் பாலாஜி சக்திவேல் ஆகியோருக்கு மனமார்ந்த நன்றிகள்.

விகடனில் 'சார்லி சாப்ளின்' சரித்திரத்தை எழுத வாய்ப்பளித்த பதிப்பாளர் திருபா.சீனிவாசன் அவர்களுக்கும், அந்தக் கட்டுரைகளைத் தொகுத்துச் சீர்மிகு புத்தகமாக வெளியிடும் விகடன் பிரசுர ஆசிரியர் குழுவினருக்கும் என் மனமார்ந்த நன்றிகள்.

அஜயன் பாலா

ajayanbala@gmail.com

சென்னை - 17
27-08-2008

1

ஒப்பற்ற நட்சத்திரம் உதயமானது

இரண்டாம் உலகப்போர்...

இருபதாம் நாற்றாண்டின் இருள் சரிதம் அது. உலகமெங்கும் யுத்தச் சத்தத்தைக் கிளப்பியபடி, ரத்த வெறி பிடித்த ஓநாயாக வலம் வந்தான் அடால்ஃப் ஹிட்லர்.

‘இனங்களைத் தூய்மைப்படுத்துதல்’ என்ற பெயரில் லட்சக்கணக்கான யூதர்களை, கூட்டம் கூட்டமாகக் கொன்று குவித்தான். ஐரோப்பாவே பிணக் காடாக மாறியது. வரலாறு அதுவரை பார்த்தறியாத பெரும் தீய சக்தியாக விஸ்வரூபமெடுத்து, உலகமே ஜெர்மனியாக வேண்டும் என்ற வெறியில் வேட்டையாடித் திரிந்தான் ஹிட்லர்.

இச்சூழ்நிலையில்தான்... 1940—ல் வந்தது அந்தத் திரைப்படம்.

‘தி கிரேட் டிக்டேட்டர்’. இதனை சார்லி சாப்ளின் தானே இயக்கி நடித்திருந்தார்.

ஹென் கோல் எனும் சர்வாதிகாரியாக ஹிட்லரைச் சித்திரித்து, இனவெறியையும் மனித

குலத்துக்கு விரோதமான அவனது கொடூர புத்தியையும் கடுமையாகக் கிண்டலடித்த படம். 'தீய சக்திகள் அழியும். மனித குலம் உய்வுறும். அன்பும் மனித நேயமும் மக்களிடையே தோன்றி, அமைதியும் சாந்தியும் மீண்டும் உலகில் தவழும்!' என அகிம்சையின் குரலாக உலக மக்களுக்கு நம்பிக்கையை விதைத்த படம்.

படம் பற்றிய தகவல் ஹிட்லருக்கு வந்தது. இருட்டில் தனியாளாக ஹிட்லர் மட்டும் அமர்ந்திருக்க, படம் திரையிடப்பட்டது. ஹிட்லர் மீண்டும் படத்தைத் திரையிடச் சொன்னான். மீண்டும்... மீண்டும்... மூன்று நாட்கள் இடைவிடாமல் படத்தைப் பார்த்துக்கொண்டே இருந்தாராம் ஹிட்லர்.

அப்படி, தான் வாழ்ந்த காலத்துக்கு உண்மையாக இருந்து, ஒட்டுமொத்த உலகின் பிரதிநிதியாக தனது கலையை வெளிப்படுத்தியிருந்தது சாப்ளினின் மகத்தான சாதனை.

உலகக் குழந்தைகளின் சந்தோஷத்தைப் பிரதிபலிக்கும் ஒரே அடையாளமாக இருப்பது, கோமாளிக் கனவான் தோற்றத்தில் இருக்கும் சாப்ளினின் உருவம்தான்.

இத்தனை சாதனைகளைத் தனது வாழ்நாளில் எட்டிய, அந்த மகத்தான கலைஞனின் ஆரம்ப கால வாழ்க்கை, நாம் நினைத்துக்கூடப் பார்க்க முடியாத வேதனைகள் நிரம்பியது. மானுடத்தைச் சிரிக்கவைத்த சாப்ளினின் சொந்த வாழ்க்கையோ சோகங்களில் சுழன்றது.

சென்னை போன்ற பெரு நகரங்களில் வாழ கதியற்று, பிளாட்ஃபாரங்களில் வசிக்கும் எண்ணற்ற குடும்பங்களைப் போலத்தான் அப்போது, லண்டன் மாநகரத்திலும் ஏழைகள் பலர் நடைபாதைகளில் வசித்து வந்தனர். நாடு பிடிக்கும் வெறியில், உலகம் முழுக்க தன் ஆதிக்கத்தைப் பரப்பி வந்த இங்கிலாந்தின் விக்டோரியா மகாராணிக்கு, தன் சொந்த நாட்டில் தலைவிரித்தாடிய ஏழ்மையையும் வறுமையையும் கவனிக்க நேரமில்லை.

அன்றைய சூழலில், லண்டன் மாநகரமே பணக்காரர்களும் பிச்சைக்காரர்களுமாக ஒரே நேரத்தில்

இருவேறு கோலங்களில் காணப்பட்டனர். மக்களின் வாழ்நிலை விநோதமாக இருந்தது. இளம் பெண்கள் தெரு முனையில் நின்று பூ விற்றுக்கொண்டிருந்தனர். ஆண்கள் சிலர், பேக் பைப்பர் போன்ற வாத்தியக் கருவிகளை இசைத்து யாசகம் கேட்டனர். பிளாட்ஃபாரங்களில் அழுக்கு மூட்டைகளுடன் படுத்துக்கிடந்தனர். இசை அரங்குகளின் முன்வாயிலில் நெருப்பு ஊதி வித்தை காட்டுபவர்களும், பயில்வான்களும், தலையில் குரங்கு வைத்து குழல் ஊதி வேடிக்கை காட்டுபவர்களும், நடனக் கலைஞர்களும் மக்களை மகிழ்வித்து காசு சம்பாதித்தனர். நாடு முழுக்கத் தலைவிரித்தாடிய இந்தப் பஞ்சத்திலிருந்து தப்பிக்க மக்கள் மதுக்கூடங்களை நாடினர். மக்களின் ஒரே பொழுதுபோக்காக இருந்தது மதுவும் இசையும்.

மது விடுதிகளில் இசை நிகழ்ச்சிகள் நடத்தப்பட்டன. மக்களின் தரத்திற்கேற்ப இந்த மதுக்கூடங்கள் பல்வேறாக இருந்தன. பணக்காரர்களின் மது விடுதிக்குள், உயர்ந்த

மேட்டுக்குடி இசைக் கலைஞர்களின் நிகழ்ச்சிகள் அரங்கேறின. ஏழைகளின் மது விடுதிக்குள், பாவப்பட்ட கலைஞர்களின் நிகழ்ச்சிகள் நடந்தன. தோற்றத்தில் மட்டும்தான் அவர்களிடம் வறுமை இருந்ததே தவிர, திறமையில் அவர்கள்தான் பணக்காரர்கள். குடிகாரர்கள் மேடைக்கு வீசி எறியும் சொற்பப் பணமே அவர்களின் வருமானம்.

அவர்களில் ஒரு பெண் ஹென்னா. அப்போது அவளுக்கு 16 வயது. இனிமையான குரல் வளமும், வசீகரமான தோற்றமுமாக ஹென்னா ஓர் ஏழைப் பட்டாம்பூச்சியாக விடுதிகளில் வலம் வந்தாள்.

லண்டன் வீதிகளில், ஜட்கா வண்டிகளில் தொப்பி அணிந்து வாயில் சுருட்டு புகைய இறங்கும் கனவான்களைப் பார்க்கும் ஹென்னாவுக்கு, 'தனக்கும் இதுபோல ஒரு கனவான் கிடைக்க மாட்டானா?' எனக் கனவுகள் முகிழும். சில நாட்களிலேயே அவளுக்கும் ஒரு கணவன் கிடைத்தான். ஆனால், அவள் கனவு கண்டது போல அவன் இல்லை. சிட்னி என்ற மகனைத் தந்துவிட்டு அவன் காணாமல் போனான். இந்தச் சமயத்தில், விடுதிகளில் புகழ்பெற்ற பாடகியாக இருந்ததால், இசை ஹென்னாவின் துயரத்தைப் போக்கியது.

இந்தச் சமயத்தில்தான் ஹென்னாவின் வாழ்க்கையில் பிரவேசித்தான் சார்லஸ். நல்ல பாடகன். அவனது குரல் வளத்தில் தான் ஹென்னா மயங்கினாள். அவன் ஒரு குடிகாரன் எனத் தெரிந்தும் அவனை இரண்டாவதாகத் திருமணம் செய்துகொண்டாள். அதன் பலனாக, உலகின் ஒப்பற்ற நட்சத்திரம் ஒன்று ஹென்னா வயிற்றில் கருவாக உருக்கொண்டது.

1889—ம் ஆண்டு ஏப்ரல் 16—ம் நாள் இரவு 8 மணி... அந்த நட்சத்திரம் குழந்தை உருவில் ஹென்னாவின் வயிற்றிலிருந்து பூமியை எட்டிப் பார்த்தது.

'சார்லஸ் ஸ்பென்சர் சாப்ளின்' என அக்குழந்தைக்குப் பெயர் சூட்டினர்.

சாப்ளினின் தாய் ஹென்னா

தந்தை சார்லஸ்

அடுத்த நூற்றாண்டையே அந்தக் குழந்தை தன் கலையுணர்வால் கட்டி ஆளப்போகிறது என அப்போது யாருக்கும் தெரியவில்லை.

குழந்தை பிறந்த அடுத்த வருடமே சார்லஸ், ஹென்னாவை விட்டுப் பிரிந்து சென்றான். அவனது குடிப் பழக்கம்தான் இருவரது வாழ்க்கைக்கும் பிளவை ஏற்படுத்தியிருந்தது. ஹென்னாவுக்கு குழந்தைகளே உலகமானது.

இரண்டு குழந்தைகளைப் பெற்றதன் காரணமாக, அவள் இளமையின் வசீகரம் காணாமல் போயிருந்தது. இதனால், விடுதிகளில் பாட அவளுக்குப் போதிய வாய்ப்புகள் கிடைக்கவில்லை. சட்டென அவளது வாழ்க்கைக்குள் கருமேகம் சூழ்ந்தது. இதனால் வீட்டை மாற்றினாள். வெஸ்ட் மினிஸ்டர் பாலத்தை நோக்கிய சாலையில், ஒரு மது விடுதிக்கெதிரே அவர்களது புதிய வீடு இருந்தது. வெளிச்சமற்ற குறுகலான சிறு அறைகள். வருமானத்துக்காக ஹென்னா அருகில் இருந்த தேவாலயத்துக்குச் சென்று, அவர்களிடமிருந்து துணிகளை வாங்கி வந்து வீட்டில் வைத்து தைத்துக்கொடுப்பாள். பெரிதாக வருமானம் இல்லையென்றாலும் ஓரளவுக்கு வறுமையிலிருந்து குழந்தைகளைக் காப்பாற்ற முடிந்தது.

ஒருநாள் சாப்ளினைத் தன்னோடு சர்ச்சுக்கு ஹென்னா அழைத்துச் சென்றிருந்தாள். இயேசு கிறிஸ்துவின் சிலையைப் பார்த்து, 'யார் இவர்?' எனக் கேட்டான் சாப்ளின். அன்று இரவு உறங்கும் முன், இயேசுவின் கதையைத் தன் மகனுக்குச் சொல்ல ஆரம்பித்தாள் ஹென்னா. 'நீயும் அது போல் மக்களின் நன்மைக்காக மகத்தான காரியங்களைச் செய்ய வேண்டும் சாப்ளின். அதற்கு நீ அனைவரையும் நேசிக்க வேண்டும். அன்பும் கருணையும்தான் நீ கடைசிவரை இறுகப் பற்றியிருக்க வேண்டிய முக்கியமான இரண்டு விஷயங்கள். அதற்காக நீ எந்தத் தியாகத்தையும் செய்யத் தயாராக இரு' என ஹென்னா அந்த இருண்ட அறையின், மெழுகுவத்தி வெளிச்சத்தில் சொன்ன வார்த்தைகள், சிறுவன் சாப்ளினின் மனதுக்குள் ஆழமாகப் பதிந்தன.

நெருக்கடி மிகுந்த காலங்களில் அக்கம் பக்கத்திலிருந்தவர்கள், 'ஏன் இப்படிச் சிரமப்படுகிறாய்? அரசாங்கம்தான் ஏழைகளுக்கு அநாதை விடுதி கட்டித் தந்திருக்கிறதே... அதில் உன் குழந்தைகளைச் சேர்க்க வேண்டியதுதானே?' என அறிவுறுத்துவார்கள். ஆனால், ஹென்னா தன் குழந்தைகள் எந்தச் சூழ்நிலையிலும் அந்த விடுதிக்குள் மட்டும் சேர்ந்திடக் கூடாது என உறுதியாக இருந்தாள். மீண்டும் மீண்டும் மது விடுதிகளுக்குச் சென்று பாடுவதற்கான வாய்ப்பு கேட்டுப் போராடினாள். பலர் மறுத்த பின், கடைசியாக அவளுக்கு ஒரு வாய்ப்பு கிட்டியது. குழந்தை சாப்ளினை அழைத்துக்கொண்டு மறுநாள் அந்த விடுதிக்குப் பாடச் சென்றாள். அன்று கிடைக்கும் வருமானத்தில் சாப்ளினுக்குப் பிடித்தமான கேக்குகளை வாங்கித் தருவதாக அவனைச் சந்தோஷப்படுத்தினாள்.

விடுதியில் மேடையிலேறியதும் ஹென்னாவுக்குக் குரல் கட்டியது. அவளால் பாட முடியவில்லை. கண்ணீர் முட்டியது. விடுதியில் அன்று பார்த்து கூட்டம் அதிகமாக இருந்தது. குடிகாரர்கள் கலாட்டா செய்ய ஆரம்பித்தனர். மேடையில் பாடமுடியாமல் நிர்க்கதியாக நின்ற ஹென்னாவைப் பார்த்து, 'வெளியே போடி... வெளியே போடி' எனக் கூச்சலிட்டனர். விடுதி நிர்வாகி, மேடையிலிருந்து அழுதுகொண்டு இறங்கிய ஹென்னாவைக் கடுமையாகத் திட்ட ஆரம்பித்தார்.

ஐந்து வயதே நிரம்பிய சாப்ளின் என்ன நினைத்தானோ, சட்டென மேடையில் ஏறினான். அதுவரை அங்கே கூச்சலிட்டுக்கொண்டு இருந்த குடிகாரர்கள், மேடையில் ஒரு சிறுவன் நிற்பதை, ‘இவன் என்ன செய்யப் போகிறான்?’ என்று வியப்பில் வேடிக்கை பார்த்தனர்.

சாப்ளின், தன் அம்மா அதுநாள் வரை கற்றுத்தந்த ஒரு பாடலைப் பாடிக்கொண்டே, தன் பிஞ்சுக் கைகளையும் கால்களையும் அசைத்து நடனமாடத் துவங்கினான். கூச்சலிட்ட கூட்டம், சட்டென சாப்ளினின் வேடிக்கையான நடனத்தைப் பார்த்து உற்சாகம் கொண்டது. இரண்டொரு நிமிடத்தில் அரங்கம் கைத்தட்டல்களாலும் விசில்களாலும் அதிர்ந்தது. அழுதுகொண்டு வெளியே நின்றிருந்த ஹென்னா, சத்தம் கேட்டு உள்ளே வந்து பார்க்க, சார்லி சாப்ளின் தன் முதல் அரங்கேற்றத்தை நிகழ்த்தி, பார்வையாளர்களை வசீகரித்துக்கொண்டு இருந்தான். மேடையை நோக்கி சில்லறைகள் சீறிப் பறந்தன. சாப்ளின் சட்டென தான் பாடுவதை நிறுத்திவிட்டு, மேடையில் அங்கு மிங்குமாக ஓடி ஓடி சில்லறைகளைப் பொறுக்க ஆரம்பித்தான். கூட்டம் அதற்கும் சிரித்தது. “ஏய் பாடுடா” என சிலர் கூச்சலிட்டனர். ‘நான் சில்லறையைப் பொறுக்கிக்கிட்ட பிறகுதான் பாடுவேன். என்னால் ஒரே நேரத்தில் எப்படி ரெண்டு வேலை செய்ய முடியும்?” என பெரிய மனிதன் தோரணையில் அவன் சொன்னதைக் கேட்டு, அதற்கும் கூட்டம் கைத்தட்டி ரசித்தது.

மகனைப் பார்த்துக் கண்ணீர் மல்கிய ஹென்னா, ஓடிப்போய் அவனைக் கட்டிப்பிடித்து முத்த மழை பொழிந்தாள். அவளிடமிருந்து விலகிய சாப்ளின், மீண்டும் கூட்டத்தின் முன்பு தன் தாய் பாடமுடியாமல் தொண்டை கட்டித் தவித்ததை நடித்துக்காட்ட, அரங்கு அதிர்ந்தது. அதுதான் ஹென்னா மேடையிலேறிய கடைசி நிகழ்வு. ஒரு மகத்தான கலைப் பயணத்தின் முதல் நிகழ்வும் அதுவே!

2

அனாதை விடுதியில் பள்ளிப் படிப்பு

உதைபடும் பந்துதான் உயரத்தில் எழும்!

வாழ்வின் விநோதமான விதிகளில் இதுவும் ஒன்று. அவமானங்களாலும் புறக்கணிப்புகளாலும் வதைபடும், பிஞ்சு இதயங்கள்தான் பிற்காலத்தில் சரித்திரங்களை உருவாக்கும் சாதனை மனிதர்களாக உருவெடுக்கின்றனர்.

சிறுவயதில் வேதனைகளுக்குள்ளாகி தாழ்வு மனப்பான்மை கொள்ளும் இதயமானது, வளர வளர மற்றவர்களின் முன் தன்னை முக்கியத்துவம் நிறைந்தவர் களாகவும் திறமைசாலிகளாகவும் காண்பித்துக்கொள்ள விரும்பும். சாப்ளினின் ஆரம்பகால வேதனைகளும், பிற்காலச் சாதனைகளும் உணர்த்தும் உளவியல் ரீதியான பேருண்மை இது!

கடைசியாக ஹென்னா, மேடையில் குரல் உடைந்து பாடமுடியாமல் அவமானப்பட்ட தினத்திலிருந்தே, தன் திறமையின் மீது அவளுக்கு இருந்த மிச்சசொச்ச நம்பிக்கைகளும் தூள்தூளானது. அப்போது, சாப்ளின் சட்டென மேடையேறிப் பார்வையாளர்களைச் சந்தோஷப்படுத்தினாலும்,

சிட்டினியுடன் சாப்ளின்

அது ஒரு தற்காலிகத் தீர்வுதான் என்பதை ஹென்னா அறிவாள். வறுமையின் கொடிய கரங்கள், மீண்டும் அவளையும் குழந்தைகளையும் இறுக்க ஆரம்பித்தன. வீட்டிலிருந்த பொருட்கள் அடகுக் கடைக்கு இடம்பெயரத் துவங்கின. இனி கடையில் அடகு வைக்க எந்தப் பொருளுமற்று வீடே வெறிச்சோடிவிட்ட சூழலில், வேறு வழியே இன்றி, சிட்னியை வேலைக்கு அனுப்பினாள் ஹென்னா. தன் குழந்தைகளைத் தரமான பள்ளிக்கு அனுப்பி, அழகு பார்க்க ஆசைப்பட்டவளுக்கு, பத்து வயதில் மூத்த மகனை வேலைக்கு அனுப்ப வைத்தது விதி!

சொற்ப வருமானம்தான் சிட்னிக்கு. பேருந்துகளில் ஏறி இறங்கி, தினசரிகளை கூவிக் கூவி விற்கும் பேப்பர் பாய் வேலை. ஒரு நாள் சிட்னி, வீட்டுக்குள் நுழையும்போதே ஒருவிதமான பதற்றத்துடன் இருந்தான். அவன் கையில் ஒரு லெதர் பர்ஸ். அதை வாங்கிப் பார்த்த ஹென்னாவுக்கு ஆச்சர்யம்.

பர்ஸுக்குள் பளபளவென ஏழு வெள்ளி நாணயங்கள். சிட்னி பேப்பர் போடப் போன இடத்தில், யாருமற்ற ஒரு பேருந்தின் உள்ளே அதனைக் கண்டெடுத்ததாகவும், உடனே பேப்பர்களை அங்கேயே போட்டுவிட்டு, ஒரே ஓட்டமாக வந்துவிட்டதாகவும் மூச்சிறைத்துக்கொண்டே

கூறினான். மற்ற நேரமாக இருந்தால், பர்ஸை மீண்டும் அங்கேயே போட்டுவிடச் சொல்லியிருப்பாள் ஹென்னா. ஆனால், குடும்பம் இருந்த சூழ்நிலையில் அப்படிச் செய்ய முடியவில்லை. சாப்ளினுக்கு அப்போது விவரம் தெரியாவிட்டாலும், தன் அம்மாவும் அண்ணனும் சந்தோஷப்படுவதைப் பார்த்து, தானும் எம்பிக் குதித்துக் கை தட்டி மகிழ்ந்தான். ஏழு வெள்ளி நாணயங்களை எடுத்த பிறகும், பர்ஸ் கனப்பதைப் பார்த்ததும் பர்ஸை உதறினான் சிட்னி. பொலபொலவென தரையில் மஞ்சள் மஞ்சளாக நாணயங்கள் கொட்டின. அத்தனையும் தங்க நாணயங்கள்!

அந்த மூன்று எளிய ஜீவன்களின் மேல் கருணைகொண்ட இறைவன், அன்றைய மாலைப் பொழுதில் அவர்களுக்கென பிரத்யேகமாக ஒரு நிலவையும், சில நட்சத்திரங்களையும் உருவாக்கியிருந்தான். சிட்னி, சாப்ளின் இருவரையும் கடை வீதிக்கு அழைத்துப் போனாள் ஹென்னா. ஐஸ்க்ரீம்களையும் கேக்குகளையும் வாங்கித் தந்தாள். உற்சாகமாகக் கூவியபடி செல்லும், நீராவி ரயிலில் அவர்களைக் கடற்கரைக்கு அழைத்துப் போனாள். சாப்ளின் முதன்முதலாக கடல் பார்த்த நாள் அது. கடலின் மேற்பரப்பில் மினுங்கிய வெளிச்ச வட்டங்கள், ஏராளமான தங்க நாணயங்களை அவன் மனதில் ஆழப்பதித்தன.

சில நாட்கள்தான்... வறுமை மீண்டும் தலைகாட்டத் துவங்கிய போது, குழந்தைகளுக்குப் பசி தெரியாமல் இருக்க, ஹென்னா ஒரு புதிய தந்திரம் கற்றிருந்தாள். அவளது தந்திரம் சிறப்பாகவும் வேலை செய்தது. அதிலும் குறிப்பாக, சிறியவன் சாப்ளினுக்குக் கதை கேட்பது ரொம்பப் பிடிக்கும். எத்தனைதான் பசியென்றாலும், ஓடி வந்து அம்மாவின் கால்களைக் கட்டிக்கொள்வான்.

ஜன்னலருகே ஸ்டூலில் அமர்ந்தபடி, சாப்ளினை மடியில் அமரவைத்துக்கொண்டு, கீழே தெருவில் நடந்துசெல்லும் பலதரப்பட்ட மனிதர்களையும் காண்பித்து, அவர்களைக் கதாபாத்திரங்களாக மாற்றி, தன் மனம் போன போக்கில் கற்பனையாகக் கதை சொல்வாள் ஹென்னா.

அவள் கதையில், தெருவில் போகும் ஒரு பிச்சைக்காரன் சட்டென சாரட் வண்டியில் வரும் பணக்காரனாக மாறுவான். வீதியில் பூ விற்கும் பார்வையற்ற பெண்ணிடம், ஒருவன் பணக்காரனாக நடித்து, அவளின் காதலைப் பெறுவான். சாப்ளினுக்கு அதெல்லாம் விநோதமாகவும் வேடிக்கையாகவும் இருக்கும். இரவில், சாப்ளின் கண்களை மூடிக்கொண்டதும், அம்மா சொன்ன கதைகள் ஒவ்வொன்றும் அவனுக்குள் காட்சிகளாக விரியும். அப்படி அம்மா சொன்ன கதைகள்தான், 'தி கிட்', 'சிட்டி லைட்ஸ்', 'சர்க்கஸ்', 'மாடர்ன் டைம்ஸ்' போன்ற சாப்ளினின் திரைப்படங்களுக்கான வேர்க் கதைகள்!

ஒரு நாள் வெளியே சென்றுவிட்டு வீடு திரும்பிய ஹென்னா, பக்கத்து வீட்டுப் பெண்ணிடம் ஏதோ சொல்லி அழுதாள். சாப்ளினுக்கு அப்போது, 'அம்மா என்ன சொல்கிறாள்? ஏன் அழுகிறாள்?' எனத் தெரியவில்லை. தன் கணவன் சார்லஸிடம் நஷ்டஈடு கேட்டு வழக்கு தொடர்ந்திருந்தாள் ஹென்னா.

நம்பிக்கையும் துணிச்சலும் நிறைந்தவள் அவள். விவாகரத்து, நஷ்டஈடு போன்ற சம்பிரதாய நடவடிக்கைகளிலிருந்து விலகி நடப்பவள். ஆனால், தனது பிடிவாதங்களுக்காகக் குழந்தைகளைப் பட்டினி போட அவள் விரும்பவில்லை. கோர்ட்டில் வழக்கு நடந்ததே தவிர, தீர்ப்பு இழுத்தது. ஒரு கட்டத்தில், தொடர்ந்து மூன்று நாட்கள் பட்டினியாக இருந்தாக வேண்டிய சூழல். என்ன செய்யக்கூடாது என நினைத்திருந்தாளோ, அதை வேறு வழியின்றிச் செய்தாள் ஹென்னா. ஆம், அநாதை விடுதி ஒன்றுக்குள் தன் குழந்தைகளை அழைத்துச் சென்றாள்.

அந்த விடுதி கட்டடம், பிளாட்ஃபாரங்களைக் காட்டிலும் கொடுமையானதாக, அழுக்கடைந்து இருந்தது. சிக்குத் தலைகளும், அழுக்கு உடைகளுமாக அங்கே எண்ணற்ற சிறுவர்கள் திரிந்துகொண்டு இருந்தனர்.

தாய்மார்களுக்கென்றிருந்த தனி விடுதிக்கு, ஹென்னா குழந்தைகளிடம் இருந்து வலுக்கட்டாயமாகப் பணியாளர்களால் பிரித்து அழைத்துச் செல்லப்பட்டாள்.

எங்கே தான் அழுதால் அது குழந்தைகளைப் பாதித்துவிடுமோ என்று, தன் உணர்ச்சிகளை அடக்கிக்கொண்டு, சாப்ளினைப் பத்திரமாக பார்த்துக்கொள்ளும்படி சிட்னியிடம் அறிவுறுத்திவிட்டுப் பிரிந்து சென்றாள் அவள். குழந்தைகள் கண்ணைவிட்டு விலகியதுமே, அவளது கால்கள் துவண்டன. முட்டிபோட்டு கதறியழத் துவங்கினாள் ஹென்னா. அன்றிரவே சிட்னியும் சாப்ளினும், அவரவர் வயதுக்கேற்ப தனித்தனியாக வெவ்வேறு இடங்களுக்குப் பிரிக்கப்பட்டனர்.

விடுதியின் மூலமாக ஹென்னாவுக்குக் கிடைத்த ஒரே சந்தோஷம், குழந்தைகளின் படிப்பு ! சிட்னி, சாப்ளின் இருவருமே படிப்பில் சுட்டியாக இருந்தனர். ஹென்னா, விடுதியின் இதர தாய்மார்களிடம் தன் குழந்தைகளைப் பற்றிப் பெருமையுடன் பேசி, அவர்களுக்கு இந்த வறுமையான வாழ்க்கை அமைந்துவிட்டதே என விசனப்படுவாள். விடுதியில் பள்ளி விட்டு வரும் குழந்தைகளுக்காகக் காத்திருக்கும் ஹென்னா, அவர்கள் வந்ததுமே அள்ளிக் கட்டிக்கொண்டு, பள்ளியில் அன்று நடந்த சம்பவங்களையெல்லாம் சொல்லச்சொல்லி ஆவலுடன் கேட்பாள். இரவு வந்ததும் விடுதிப் பணியாளர்கள் குழந்தைகளை அவளிடமிருந்து பிரித்து, விடுதிக்கு கொண்டு சென்றுவிடுவார்கள்.

இக்காலங்களில் சிட்னி, சாப்ளினுக்கு அண்ணனாக இல்லாமல், அப்பாபோல இருந்தான். விடுதியில் சமையல் வேலைக்கு அவன் பணியமர்த்தப்பட்ட காலங்களில், கேரட்டுகளையும் ரொட்டிகளையும் தம்பிக்காகத் தன் கால் சட்டை பாக்கெட்டுகளில் ஒளித்துவைத்துக் கொண்டுவருவான். சாப்ளினுக்கு அவன் தாயுமானவன்!

ஒரு முறை, செய்யாத குற்றத்துக்காக விடுதியின் காவலர் ஒருவர் சாப்ளினை பெஞ்சின் மேல் ஏற்றி நிறுத்தி, பின்பக்கத்தில் பிரம்பால் அடித்தார். செய்யாத குற்றத்துக்குக் கிடைத்த இந்தத் தண்டனை, சாப்ளினின் வாழ்வில் ஒரு வடுவாகப் பதிந்துவிட்டது.

ஒரு நாள் மாலை, மைதானத்தில் விளையாடிக்கொண்டு இருந்த சாப்ளினையும் சிட்னியையும் காவலர்கள்

அழைத்து, அவர்களின் தாய் ஹென்னாவுக்குப் பைத்தியம் பிடித்துவிட்டதாகச் சொன்னார்கள். சிறுவனான சாப்ளினுக்கு என்ன செய்வதெனத் தெரியவில்லை. சிட்னி அமைதியாக நின்றிருந்தான். அவர்களின் கண்முன்னே, ஒரு கூண்டு வாகனத்துக்குள் காவலர்கள் ஹென்னாவை கைத்தாங்கலாக அழைத்துச் சென்று ஏற்றினர். ஹென்னா தன் குழந்தைகளை, வேறு யாரோ போல பார்த்துச் சிரித்தாள். அவளை ஏற்றிக்கொண்ட வாகனம் சத்தமிட்டபடி புறப்பட்டது.

ஹென்னா மனநோயாளிகளுக்கான விடுதியில் சேர்க்கப்படவே, சிறுவர்களை வந்து அழைத்துச் செல்லுமாறு சாப்ளினின் தந்தையான சார்லஸுக்கு அரசாங்கம் உத்தரவிட்டது.

முதல் முறையாக தன் தந்தையைப் பார்த்த சாப்ளினுக்கு, அவர் ஒரு பணக்காரராகக் காட்சியளித்தது ஆச்சர்யமாக இருந்தது. சிட்னியும்கூட சந்தோஷப்பட்டான். ஆனால், அந்தச் சந்தோஷம் சட்டென விலகியது.

சார்லஸின் பக்கத்தில் நின்றிருந்த, அவரது இரண்டாவது மனைவி லூஸியின் கண்களில் மின்னிய வெறுப்பின் வெளிச்சம் அதற்குக் காரணமாக இருந்திருக்கலாம்!

3

பசியில் கிடந்த பனி இரவு

அம்மா...

உலகின் உன்னதம்!

கருவாகப் பத்து மாதங்கள் வயிற்றில் சுமந்து, திருவாகப் பத்து வருடங்கள் கைகளிலும் கண்களிலுமாகப் பேணிக் காத்தவள். அவள் பாலூட்டியதையும் தாலாட்டியதையும் காலம் மறக்கடித்து இருக்கலாம். ஆனால், நம் ஊனில், உயிரில் அந்தப் பேரன்பு ஊறி ஊறி உறைந்திருக்கும்.

அந்த அன்பு, சாப்ளினுக்கு மட்டும் கிடைக்கவே இல்லை!

ஆறாவது வயதில், அழுக்கடைந்த வெள்ளை நிறக் கூண்டு வண்டியில், கேன்ஹில் மனநலக் காப்பகத்தின் ஊழியர்கள் தன் அம்மாவை ஏற்றிச் செல்வதைப் பார்த்த, சாப்ளினின் மன வேதனையை விவரிக்க மொழி இல்லை. கை தவறிய ஆப்பிள் ஒன்று, உருண்டு உருண்டு மீண்டும் கிடைக்கவே கிடைக்காத பாதாளத்தில் போய் விழுந்தது.

இங்கே தந்தையின் வீட்டில் சாப்ளினுக்கும் சிட்னிக்கும் புதிய வாழ்க்கை துவங்கியது. அரசாங்க உத்தரவின் பேரில் சாப்ளினின் அப்பா, விடுதியிலிருந்து மகன்கள் இருவரையும் தன் வீட்டுக்கு அழைத்துச் சென்றார்.

சித்தி லூயிஸின் முகத்தைப் பார்த்த முதல் நிமிடத்திலிருந்தே சிட்னிக்கும் சாப்ளினுக்கும் ஏனோ அடிவயிற்றில் கிலி பரவியது. சாப்ளின், தன் அம்மாவை நினைத்துப் பார்த்தான். அவள் முகத்தில் என்னதான் வறுமை தாண்டவமாடினாலும், கண்களில் அன்பின் ஒளி இருக்கும். லூயிஸின் முகத்தில் அது இல்லை. பகட்டும் பணக்காரத்தனமும் திமிரும் தெறிக்கும் விழிகள். அவளைப் போலவே இருந்தது அவர்களின் பணக்கார வீடும்!

அந்த வீட்டுக்குள் நான்கு வயதுக் குழந்தையொன்று இருந்தது. அது லூயிஸின் குழந்தை. ஒரு வகையில் தனக்கு அவன் தம்பி என்பதை சாப்ளின் புரிந்துகொண்டான். வீட்டுக்கு வந்த முதல் நாளே, சிட்னிக்கும் சித்தி லூயிஸுக்கும் சண்டை ஆரம்பித்தது. அப்போது அப்பா சார்லஸ் வீட்டில் இல்லை. உறங்கும் நேரம் வந்தது. சிட்னியும் சாப்ளினும் வரவேற்பறையின் ஒரு சோபாவில் படுத்தனர். வீட்டின் பின்பக்க அறையில் சென்று படுக்கும்படி சிட்னிக்குக் கட்டளையிட்டாள் சித்தி. அவளது கண்டிப்பு, சிட்னிக்குப் பயமுறுத்தலாகத் தெரியவே அதனை அலட்சியப்படுத்தினான். லூயிஸ் கோபத்துடன் கத்த ஆரம்பித்தாள்.

சார்லஸ் வீடு திரும்பியதும் நடந்ததைக் கூறி, தன் சொல்பேச்சைக் கேட்காத சிட்னியை நாலு சாத்து சாத்தி உள்ளே இழுத்துப் போகும்படி சொன்னாள். ஆனால், நடந்ததோ வேறு. சிட்னி அவன் இஷ்டம்போல அங்கேயே படுத்துத் தூங்கட்டும் என்றார் அவர். லூயிஸால் அந்தத் தோல்வியைத் தாங்கிக்கொள்ள முடியவில்லை. சிட்னியின் மேல் அது என்றுமே அடங்காத, தீராத வெறுப்பு உணர்ச்சியை அவளுக்குள் உருவாக்கியது.

கென்னிங்டன் சாலையில் இருந்த பள்ளியில் இருவரும் சேர்க்கப்பட்டனர். பள்ளி விட்டு வீடு திரும்பும் ஒவ்வொரு நாளும், ஏதோ ஒரு நரகத்தை நோக்கிச் செல்வதைப்போல சாப்ளினுக்குத் தோன்றும். அதிலும் சனிக்கிழமை என்றால், சிறுவர்கள் இருவருக்கும் உதறலெடுக்கும். அன்று பள்ளி பாதி நாள்தான் என்பதால், மதியம் வீடு திரும்பியதும் சுத்தம் செய்யும் பணி. கதவு, ஜன்னல், மேஜை, நாற்காலி, மரச்

சாமான்கள் என எல்லாவற்றையும் ஈரத் துணிகொண்டு சுத்தமாகத் துடைக்க வேண்டும். பெரும் குடிகாரியான லூயிஸ், ஹாலின் நடுவே தன் தோழியுடன் சேர்ந்து குடித்துக்கொண்டே இருவரையும் இஷ்டத்துக்குத் திட்டத் தொடங்குவாள்.

சாப்ளினைப் பார்த்து, 'இவனையாவது ஒருவிதத்தில் சார்லஸுக்குப் பிறந்தவன் என்பதற்காக பொறுத்துக்கொள்ளலாம். ஆனால், அவன் எவனுக்கோ பிறந்த தறுதலை. அவனைப் பார்த்துக்கொள்ள வேண்டும் என்று எனக்குத் தலையெழுத்தா என்ன?' என்று சிட்னியை எரித்து விடுவது போலப் பார்ப்பாள்.

ஒரு நாள் சிட்னியும் பொறுமை இழந்தான். இரவு தாமதமாக வீடு வந்த சிட்னி, கதவைத் தட்டினான். வழக்கம் போலத் திட்டிக்கொண்டே கதவைத் திறந்த லூயிஸ் அலறினாள். சிட்னியின் கையில் கூர்மையான கத்தி ஒன்று பளபளத்தது. அதனைக் காட்டிலும் அவனது கண்கள் உக்கிரத்தால் மின்னின. சத்தம் கேட்டு ஓடிவந்த பணியாட்களால் அசம்பாவிதம் ஏதும் நடக்காமல்

தவிர்க்கப்பட்டது. அன்று இரவு, சார்லஸ் வீடு திரும்பியதும் கணவன் மனைவிக்கிடையே கடும் சண்டை !

‘இனி இந்த வீட்டில் ஒன்று... இவர்கள் இருக்க வேண்டும்; அல்லது நான் இருக்க வேண்டும். இரண்டில் ஒன்றை இப்போதே முடிவு செய்தாக வேண்டும்’ என இரைந்தவளை சார்லஸ் ஓங்கி அறைய, அவள் சுருண்டு ஒரு மூலையில் விழுந்தாள்.

அடுத்த இரண்டு நாட்கள் சார்லஸ் வீட்டுக்கு வராமல் வெளியே தங்கவே, லூயிஸ் பயந்து போனாள். உண்மையில் அவள் சார்லஸை அளவற்றுக் காதலித்தாள். சார்லஸ் வராத இரண்டு நாட்களும், எதுவும் சாப்பிடாமல் அழுதுகொண்டே இருந்தாள். சார்லஸ் வீடு திரும்பியதும் அவரைக் கட்டிப்பிடித்து கண்ணீர் விட்டபடியே முத்த மழை பொழிந்தாள். அதன் பிறகு சிட்னியையும் சாப்ளினையும் நேரடியாகத் திட்டுவதைக் குறைத்துக்கொண்டாலும், தனது வன்மத்தை வேறுமாதிரியாகக் காட்டத் துவங்கினாள்.

ஒரு நாள்... அன்றும் சனிக்கிழமை. பாதி நாள் பள்ளி முடிந்ததும் வந்த சாப்ளின், வீடு பூட்டிக்கிடந்ததைப் பார்த்தான். லூயிஸ், குழந்தையுடன் உறவினர் வீட்டுக்குச் சென்றிருப்பதாகப் பணிப்பெண் கூறினாள். சாப்ளினுக்கோ அகோரப் பசி. தாங்க முடியவில்லை. தோளில் சுமந்த பையுடன், வீதிவீதியாக கால் போன போக்கில் நடக்க ஆரம்பித்தான். எங்கெங்கோ சுற்றினான். கடைசியில் கடை வீதிக்கு வந்தான். மாலைச் சூரியனின் மஞ்சள் வெளிச்சத்தால் கடைவீதியே நிரம்பியிருந்தது.

பெரிய பெரிய புகை போக்கிகளுடன் கூடிய உணவு விடுதிகளிலிருந்து, விதவிதமான வாசனைகள் காற்றில் மிதந்தன. பசி மயக்கத்தில் கால்கள் துவள, சாப்ளின் ஓரிடத்தில் அமர்ந்தான். வீதியில், எண்ணற்ற பெற்றோர்கள் மகிழ்ச்சியுடன் தங்கள் குழந்தைகளுக்கு அவர்கள் கேட்ட தின்பண்டங்களையெல்லாம் வாங்கித் தருவதைப் பார்த்தான். அந்தக் குழந்தைகளில் ஒருவனாக தான் இருந்திருக்கக் கூடாதா என ஏங்கினான். சாப்ளினுக்குத் தன் அம்மாவின் ஞாபகம் எழுந்தது. ‘அம்மா...’ என

சாப்ளின் வாய்விட்டுக் கதறி அழத் துவங்கினான். அன்று, அந்த வீதியில் அழுதுகொண்டு இருந்த, சாப்ளினைப் பார்த்தபடி நடந்து சென்ற பலரும், பின்னாட்களில் சாப்ளினின் படங்களைப் பார்த்து விழுந்து விழுந்து சிரித்து ரசித்திருக்கக்கூடும். ஆனால், அன்று அந்த இரவில், உலகின் ஒப்பற்ற அந்தக் குழந்தையின் அழுகையைக் கண்டு 'ஏன்?' என்று கேட்கவோ, தலையைத் தடவி விடவோ, ஆறுதல் பேசவோ யாரும் இல்லை. அந்தச் சம்பவம் சாப்ளினுக்குள் ஒரு விஷயத்தை ஆழமாகப் பதித்தது... அது, 'பசியைவிடக் கொடுமையானது என்று உலகத்தில் எதுவும் இல்லை!'

நெடுநேரம் கழித்து சாப்ளின் வீடு திரும்பினான். சிட்னி வாசலில் காத்திருக்க, வீடு அப்போதும் பூட்டியே கிடந்தது. அதன் பிறகு, போதையில் தள்ளாடியவளாக லூயிஸ் வீடு வந்தபோது நேரம் நடுநிசியைக் கடந்திருந்தது.

மறுநாளே இரண்டு காவலர்கள் வீட்டுக்கு வந்தனர். சிறுவர்களை இரவில் நெடுநேரம் பனியில் நிற்க வைத்ததாகக் கேள்விப்பட்டதாகவும், மீண்டும் அதுபோல நடந்தால் கடும் நடவடிக்கை எடுக்க வேண்டியிருக்கும் என்றும் லூயிஸை எச்சரித்துச் சென்றனர்.

இது நடந்து இரண்டு நாட்கள் இருக்கும்... பள்ளிவிட்டு வந்த மாலைப் பொழுதொன்றில்... வீட்டு வேலைகளில் சிட்னியும் சாப்ளினும் மும்முரமாக இருந்தபோது, வெளியே ஒரு குரல் கேட்டது. அது ஒரு பெண் குரல். சிட்னியையும் சாப்ளினையும் விசாரித்துக்கொண்டு இருந்த அந்தக் குரலைக் கேட்டதுமே சாப்ளினுக்குச் சிலிர்த்தது.

'அம்மா' என அலறியபடி சிறுவர்கள் இருவரும் வாசலுக்குப் பாய்ந்தோட, அங்கே மெலிந்த தோற்றத்தில் பூரணமடைந்தவளாக வாஞ்சைச் சிரிப்புடன், தன் குழந்தைகளை எதிர்நோக்கி கைகளை விரித்துக் காத்திருந்தாள் ஹென்னா. சாப்ளின், சிட்னி இருவரும் ஓடி வந்து தாயைக் கட்டியணைத்துக் கொண்டனர்.

ஹென்னா, தன் குழந்தைகளை அணைத்துக் கண்ணீருடன் முத்தமிடுவதைப் பார்த்தாள் லூயிஸ். அந்தச் சூழலில் என்ன செய்வதெனத் தெரியாமல் திகைத்தாள்.

அஜயன் பாலா ✦ 31

லூயிஸும் ஹென்னாவும் ஒருவரை ஒருவர் அப்போதுதான் முதல்முறையாகப் பார்த்துக்கொண்டனர். 'யாருடைய வாழ்க்கையை யார் எடுத்துக்கொண்டது?' என்ற சந்தேகமும் கேள்வியும் இருவருடைய கண்களிலும் பிரதிபலித்தன.

ஆச்சர்யப்படும் விதமாக, லூயிஸ் அந்தச் சந்தர்ப்பத்தில் மிகவும் பெருந்தன்மையுடன் நடந்துகொண்டாள். வீட்டினுள் வந்து அமரும்படியும், தேநீர் பருகும்படியும் உபசரித்தாள். ஆனால், ஹென்னா அதனைக் கண்ணியத்துடன் மறுத்தாள். குழந்தைகளின் துணிகளை மட்டும் எடுத்துத் தருமாறு கேட்டுக்கொண்டாள்.

குழந்தைகள் இருவரும் ஆளுக்கொருபுறமாக ஹென்னாவின் விரல்களை சந்தோஷத்துடன் இறுகப் பற்றிக்கொண்டனர். வழியில் அவர்களுக்கு மிகவும் பிடித்த ஐஸ்க்ரீம்களை வாங்கித் தந்தாள் ஹென்னா.

அன்றைய இரவு அவர்கள் பேசிக்கொள்ள நிறைய விஷயங்கள் இருந்தன. அப்போதுதான் சட்டென அவளுக்குள் அந்தக் கேள்வி எழுந்தது.

இன்று இரவு எங்கே தங்குவது?

குழந்தைகளை அவசரப்பட்டு அழைத்து வந்துவிட்டோமோ என்றுகூட நினைத்தாள் ஹென்னா. வேறு வழி எதுவும் தெரியாமல், அன்று இரவு கென்னிங்டன் சாலையில் இருந்த ஊறுகாய்த் தொழிற்சாலை ஒன்றின் வாசலில், கையோடு கொண்டு வந்திருந்த பெட்ஷீட்டை நடைபாதையில் விரித்தாள். பேசிக்கொண்டே இருந்த குழந்தைகளைப் படுக்க வைத்தாள். அவர்களுக்கு நடுவே தானும் படுத்துக்கொண்டாள்.

வானத்தில் சில நட்சத்திரங்களும் நிலவும் மட்டும், எதிர்காலத்தை நன்கு அறிந்தவையாக தங்களுக்குள் கண் சிமிட்டி மகிழ்ந்துகொண்ட இரவு அது!

4

அமெரிக்காவுக்கு கலைப் பயணம்

சிகரங்கள் ஒருபோதும் உணர்வதில்லை தம் உயரங்களை. சுற்றியிருக்கும் குன்றுகளே அறியும் சிகரங்களின் பெருமைகளை!

காலம் செதுக்கிய, காலத்தைச் செதுக்கிய மகத்தான கலைஞனாக சாப்ளின் அறியப்பட்டதும் அப்படியே!

சாப்ளினுக்குப் பத்து வயது இருக்கும். அப்போது, ஹென்னா தன் மகன்களுடன் கென்னிங்டன் வீதியிலிருந்த ஓர் ஊறுகாய் தொழிற்சாலைக்குப் பின்புறம் ஒரு சிறிய இருண்ட வீட்டில் வசித்தாள். மாதாமாதம் குழந்தைகளின் படிப்புச் செலவுக்காக அவளது கணவன் சார்லஸ், சொற்பமாகப் பணம் அனுப்பிக்கொண்டு இருந்தான். இதனால் சாப்ளினின் படிப்பு தடையில்லாமல் தொடர்ந்தது என்றாலும், பள்ளியில் தனிமையுடனும் தாழ்வு மனப்பான்மையுடனும் சாப்ளின் ஒதுங்கியே இருந்தான். தந்தை இருந்தும் இல்லாத குடும்பச் சூழலும் துடிதுடிக்க வைத்த வறுமையுமே அவனை அப்படி ஒரு மனநிலைக்குத் தள்ளியிருந்தது.

இந்தச் சூழலில் தான், சாப்ளினின் பள்ளி வாழ்வில் ஒருநாள் வானவில் உதித்தது. பள்ளி

விழாவில், 'மிஸ் பிரிஸில்லாஸ் கேட்' என்ற பாடலைப் பாடியபடி சாப்ளின் நிகழ்த்திய நடனம், 'யார் இந்த அதிசயச் சிறுவன்?' என எல்லோரின் புருவங்களையும் உயர்த்தியது. கிடைத்த பாராட்டுகள் சாப்ளினிடம் ஒரு மாற்றத்தை நிகழ்த்தின. தலை குனிந்து திரிந்த சாப்ளினுக்கு, இந்தத் திடீர் கவனக்குவிப்பும், ஆசிரியைகளின் செல்லமான கன்னத் தட்டல்களும் புதுசாக இருந்தன. ஒரேநாளில் தான் பள்ளியில் மிக முக்கியமான ஆளாக மாறிவிட்டதாக உணரத் துவங்கினான் சாப்ளின்.

இந்தத் திடீர் அங்கீகாரம் சாப்ளினின் அழுக்கடைந்த, கிழிந்த ஆடைகளின் அவமானத்தை மறைக்கப் பெரிதும் உதவியாக இருந்தது. தன்னைச் சந்தோஷத்தில் ஆழ்த்தும் இந்தப் பாராட்டுகள் தொடர்ந்து தனக்குக் கிடைக்க வேண்டும் என்ற ஏக்கம் சாப்ளினுக்குள் எழுந்தது. ஒரு நடனக் கலைஞனாக தான் மாறிவிட்டால், இதர பணக்கார மாணவர்கள் அணிவது போல தானும் உயர்ந்த ரக ஆடைகளை அணிந்து, அவர்களைப் போல தலை நிமிர்ந்து நடக்க முடியும் என அந்தப் பிஞ்சு மனதில் கனவுகள் விரியத் துவங்கின. அவை ஒரு வண்ணமயமான ரதத்தில் நடனக் கலைஞனாகத் தானும், தனது தாயும் சகோதரனுமாக லண்டன் மாநகர வீதிகளில், பட்டாடைகளில் வலம் வரும் கனவுகள்.

வாழ்வு, தருணங்களால் ஆனது.

விரல்விட்டு எண்ணக்கூடிய சில முக்கியமான தருணங்களில்தான், நம்மில் பலரது வாழ்வு ஒளி வீசிச் சிறக்கிறது. சாப்ளினின் வாழ்வும் இதுபோலத்தான்.

மூன்று மிக முக்கியமான தருணங்கள்தான், சாப்ளின் எனும் மகத்தான கலைஞன் உருவாக அடிப்படைக் காரணங்கள்.

முதல் தருணம்... ஜாக்ஸன் என்பவர் மூலமாக நிகழ்ந்தது!

சாப்ளினின் வாழ்வில் மாற்றத்தை உருவாக்கிய மந்திர மனிதர் அவர். 'எட்டு லாங்ஷயர்' எனும் சிறுவர்களுக்கான நடனக் குழுவை நடத்தி வந்தார் ஜாக்ஸன். லண்டன்

நகரவாசிகளின் கைதட்டல்களாலும் ஆரவாரத்தாலும் அரங்கங்களை அதிரவைத்த நடனக் குழு அது.

சாப்ளினின் வாழ்க்கையில் அவன் தந்தை சார்லஸ் செய்த ஒரே உருப்படியான காரியம், அவனை ஜாக்ஸனின் குழுவில் சேர்த்ததுதான். நடனத்தின் மீது ஏற்பட்ட காதலால், சாப்ளின் தன் அம்மா ஹென்னாவிடம் நச்சரித்து, அவள்தான் சார்லஸிடம் இதைச் செய்யும்படி வேண்டுகோள் விடுத்திருந்தாள். 'எட்டு லாங்ஷயர் குழு' சாப்ளினுக்கு உறுதியான அஸ்திவாரத்தை உருவாக்கித் தந்தது. ஒரு நடிகனின் வாழ்வில் அவசியமான ஆபரணங்களாகக் கருதப்படுகிற இசை, நடனம், ஜிம்னாஸ்டிக் பயிற்சிகளைக் கற்றுத் தேர்ந்தார் சாப்ளின். இவை அனைத்தையும்விட, பின்னாளில் அவரது அத்தனை புகழுக்கும் காரணமாக இருந்த ஸ்லாப்ஸ்டிக் எனப்படும் மௌன மொழி நடிப்புக் கலையையும் சாப்ளின் தன் வறுமை வாழ்க்கையினூடே பழகினார்.

பயிற்சிகளின்போதே சாப்ளின் பலரையும் அசரவைத்தார். நிகழ்ச்சிகளின்போது அரங்கங்கள் சாப்ளினுக்கென பிரத்யேகமாக அதிர்ந்தன. ஒத்திகைகள், பகல் காட்சிகள், இரவுக் காட்சிகள், மினுமினுக்கும் உடைகள், வண்ணப் பூச்சுகள், கைதட்டல்கள், பாண்டு வாத்தியங்கள் என இரண்டு வருடங்களில் சாப்ளினுக்கு புதிய இறக்கைகள் முளைத்தன.

பெரியவன் சிட்னி, வீட்டின் வறுமையைச் சமாளிக்க, கப்பல்களில் கூலி வேலைகளுக்குச் சென்றுகொண்டு இருந்தான். நிகழ்ச்சிகள் முடிந்து இரவு வேகவேகமாக வீட்டுக்கு ஓடிவரும் சாப்ளின், ஊசி நூலுடன் துணி தைத்துக்கொண்டு இருக்கும் அம்மாவிடம், மேடையில் அன்று தான் நிகழ்த்திய வேடிக்கை நிகழ்ச்சிகளையும் கிடைத்த பாராட்டுகளையும் விவரிப்பான். வேலை முடிந்து களைப்புடன் வீடு திரும்பும் சிட்னி, தன் சோர்வை வெளிக்காட்டாமல், தம்பி சொல்லும் மேடை அனுபவங்களை சுவாரஸ்யமாக 'ம்' கொட்டிக் கேட்பான்.

காலங்கள் உருண்டன. இப்போது சாப்ளின் சற்று வளர்ந்திருந்தான். இடைப்பட்ட காலங்களில் முக்கியமான

இரண்டு சம்பவங்கள் நடந்திருந்தன. ஒன்று, அவனது தந்தையும் குடிகாரருமான சார்லஸின் மரணம். மற்றொன்று, அவனது தாய் ஹென்னாவுக்கு மீண்டும் ஏற்பட்ட மனநிலைப் பிறழ்வு. விதி, சாப்ளினை மீண்டும் வீதிக்கு அழைத்தது.

அண்ணனுடன் தானும் கூலி வேலைகளுக்கு ஓட ஆரம்பித்தான் சாப்ளின். பேப்பர் போடுவது, டாக்டர்களின் டிஸ்பென்ஸரியில் எடுபிடி வேலைகள் செய்வது, ஜன்னல்களுக்கு மாற்றுக் கண்ணாடி போடுபவர்களுடன் சென்று ஒத்தாசை செய்வது, மது விடுதிகளின் வாசலில் மலர்க் கொத்துகள் விற்பது என சொற்பக் கூலி தரும் அற்ப வேலைகள் ஏராளம் இருந்தன. என்றாலும், அவனது எண்ணமெல்லாம் நாடகக் கொட்டகைகளின் மீதுதான். இடையிடையே அவன் ஏறி இறங்காத கம்பெனி இல்லை. இரண்டும் கெட்டான் வயசு என்பதால், விருப்பமான வேலை எதுவும் கிடைக்கவில்லை. அவன் வாழ்க்கையை மாற்றிப்போட்ட மிக முக்கியமான அந்த இரண்டாவது தருணம் அப்போதுதான் நிகழ்ந்தது.

பெட்ஃபோர்ட் தெருவில், ப்ளாக்மோர் எனும் நாடகக் குழு, ஷெர்லக் ஹோம்ஸின் நாடகங்களை மேடையேற்றி வந்தது. அதிர்ஷ்டம் அவனது வீட்டுக் கதவைத் தட்டுவதற்கு முந்தைய நாள்தான், சாப்ளின் அந்தக் குழுவினரின் அலுவலகத்துக்குச் சென்று வாய்ப்பு கேட்டான்.

கோட் சூட் அணிந்த கோமான்கள் மட்டுமே நடமாடும் அந்த அலுவலகத்தில், அழுக்கு ஆடைகளுடன் வந்து நடிக்க வாய்ப்பு கேட்ட சிறுவனை, ஆரம்பத்தில் அங்கிருந்த குமாஸ்தாக்கள் விரட்டியடித்தனர். ஹாமில்டன் என்பவர்தான், “உன் முகவரியைக் கொடுத்துவிட்டுப் போ! தேவைப்பட்டால் அழைக்கிறேன்” என்றார். அது அதிர்ஷ்டத்தின் குரல் என்பதை சாப்ளின் அப்போது உணரவில்லை. சீக்கிரமே தபாலில் அழைப்பு வீடு தேடி வந்தது.

அன்று இரவு, சிட்னியும் சாப்ளினும் தூங்கவில்லை. விடிய விடியப் பேசினர். அவர்கள் பேச்சில் சம்பளம்தான் முக்கிய விஷயமாக இருந்தது. மறுநாள் சாப்ளின், ‘நடிக்கச்

சம்மதம். சம்பள விவரங்களை என் மேனேஜரிடம் பேசிக்கொள்ளுங்கள்' என சிட்னியைக் கைகாட்டினான். வாரத்துக்கு 2 பவுண்டுகள் மற்றும் 10 ஷில்லிங்குகள் என ஒப்பந்தமானது.

சாப்ளினின் முதுகில் காலத்தின் விரல்கள் புதிய கோலம் ஒன்றை வரையத் துவங்கின. நாடக ஒத்திகைகள் துவங்கின.

முதல் நாடகம்... 'ஜிம்'.

யாருமே எதிர்பாராத வகையில், அந்த நாடகம் படுதோல்வி! 'லண்டன் டாபிக்கல் டைம்ஸ்' எனும் பத்திரிகையில் நாடகம் குறித்துக் கடுமையான விமர்சனம் வெளியானது. அதில் போகிறபோக்கில், 'நாடகத்தின் ஒரே நல்ல அம்சம்' என ஒரு வரி... 'பேப்பர் போடும் சிறுவனாக நடித்தவனுடைய நடிப்பு மட்டும் மிகச் சிறப்பாக இருந்தது. வருங்காலத்தில் அவன் மிகச் சிறந்த நடிகனாக பரிணமிக்கக்கூடும்!'

முதல் நாடகம்தான் சோடை போனதே தவிர, ப்ளாக்மோர் குழுவின் அடுத்தடுத்த நாடகங்கள் பெரும் வரவேற்பைப்

பெற்றன. சாப்ளினின் புகழ் இதர குழுக்களுக்கும் பரவியது. பொடியன், காமெடியில் அசத்துகிறான் போன்ற வார்த்தைகள் லண்டன் மாநகரத்தில் கேட்கத் துவங்கின. ப்ரட் கார்னோ எனும் புதிய கம்பெனி போட்டி போட்டுக்கொண்டு வந்து சாப்ளினை ஒப்பந்தம் செய்தது. அது சாப்ளினின் வாழ்க்கையை முற்றிலும் தலைகீழாக மாற்றியது.

ப்ரட் கார்னோவின் அந்தப் புதிய குழு, காமெடிக்கு முக்கியத்துவம் கொடுக்கும் நாடகங்களை உருவாக்கியது. வழக்கம் போல இங்கும் சாப்ளினே நாயகன். குழுவில் இன்னொரு சிறுவனும் சாப்ளினுக்கு இணையான கைதட்டல்களைப் பெற்றான். அவன் பெயர், 'ஸ்டான் லாரல்'. தோற்றத்தில் சற்று ஒல்லியான உருவம் கொண்ட, அந்தச் சிறுவனுக்கு பிற்பாடு ஹாலிவுட் திரைப்படங்களில் ஒரு குண்டு நடிகனுடன் ஜோடி சேர்ந்து நடிக்க வாய்ப்பு கிடைத்தது. அவர்கள்தான் லாரல் — ஹார்டி எனும் உலகப் புகழ்பெற்ற நகைச்சுவை ஜோடியாக பிரகாசித்து, ரசிகர்களின் நெஞ்சைக் கொள்ளையடித்தவர்கள். குழுவில், லாரல் சாப்ளினுக்கு நெருங்கிய தோழனாக இருந்தான். சாப்ளினின் அதிர்ஷ்டம், ப்ரட்கார்னோ குழு உச்சத்துக்குப் போனது. அடுத்தது அமெரிக்கச் சுற்றுப்பயணம். சாப்ளினுக்கு இருப்புக்கொள்ளவில்லை. பரபரப்பாக இருந்தான். உள்ளுணர்வுகளில் ஏகப்பட்ட எண்ண அலைகள். குறிப்பிட்ட நாளில், அலைகளைக் கிழித்தபடி லண்டனிலிருந்து புறப்பட்டது கப்பல் பயணம் முழுக்க சாப்ளினின் மனம் பரபரத்தது. யாரோ ஒருவர் கூச்சலிட்டார்... அதோ அமெரிக்கா!'

சாப்ளின் தாவிக்குதித்து கப்பலின் மேல் தளத்துக்கு ஓடினான். தொலைவில் அமெரிக்காவின் புகழ்பெற்ற சுதந்திர தேவியின் சிலை, உயரப் பிடித்த தீப்பந்தத்தோடு காட்சியளித்தது. சாப்ளினுக்குள் சட்டென ஓர் உணர்ச்சிக் கொந்தளிப்பு. சிலையை நோக்கிக் கைகளை நீட்டி, அந்தச் சிறுவன் தன்னை மறந்து கத்தினான்... "ஏய் அமெரிக்காவே, பத்திரமாக இரு! இன்னும் கொஞ்ச நாளில் உன்னை முழுவதுமாகக் கொள்ளையடிக்க இங்கே ஒருவன் வந்துகொண்டு இருக்கிறேன்!"

அஜயன் பாலா ✦ 39

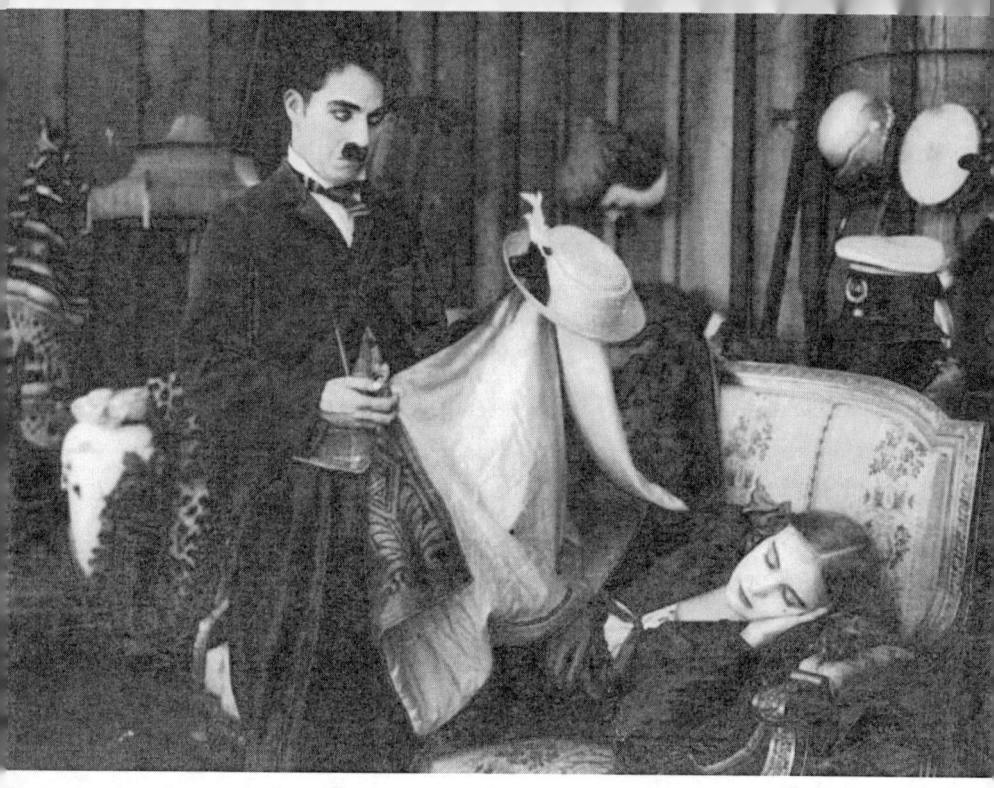

ஐந்து வருடங்களுக்குப் பின் அதுதான் நடந்தது. அமெரிக்கா மட்டுமல்ல, உலகமே அவர் காலடியில் கிடந்தது!

அமெரிக்காவில் வந்திறங்கியதுமே நிகழ்ச்சிகள் அடுத்தடுத்து காத்திருந்தன; களைகட்டின. சாப்ளினுக்கு கைதட்டல்களும் அதிகரித்துக்கொண்டே இருந்தன. ஆனாலும், அமெரிக்கா எனும் அந்த புதிய பூமி சாப்ளினுக்கு மகிழ்ச்சியூட்டவில்லை.

காரணம்... ஹெட்டி. பதினாறே வயது பால்நிலவு. லண்டனில் அவள் உண்டாக்கிய காதலின் வலியானது, அமெரிக்கா வந்தபின்னும் அவரை இம்சித்துக்கொண்டிருந்தது. இன்னமும் அவரது இதயம், அவளது காலடியில்தான் பந்துபோல உருண்டுகொண்டிருப்பதாக சாப்ளின் உணர்ந்தார்.

5

ஹெட்டியின் பிரிவு

ஒரு மனிதன் முழுமையை அடைவது வாழ்வின் ஒரே சந்தர்ப்பத்தில்தான். அந்த சந்தர்ப்பத்திற்கு பெயர்தான் காதல்... காதல் இளம் காலை சூரியனாக மனித மனங்கள் எல்லாவற்றிலும் பிரவேசித்து அவர்களை மேன்மையுறச் செய்கிறது. அந்த மென்னுணர்வு ஒருவனது மனதில் உருவாக்கும் கற்பனைகளுக்கும் கனவுகளுக்கும் எல்லையே இல்லை. அதே காதலானது, தோல்வி எனும் கசப்பை எதிர்கொள்ளும்போது மனித மனம் துயரம் எனும் பெரும் பள்ளத்தில் விழுந்து சரிகிறது. அப்படிப்பட்ட தோல்வியைத் தழுவியவனின் நிலை மிகவும் பரிதாபத்துக்குரியது.

லண்டனில் சாப்ளினின் ப்ரெட் கார்னோ குழு, புகழ்பெற்ற எம்பயர் விடுதியில் ஒத்திகை ஒன்றை நிகழ்த்திக் கொண்டிருந்த காலம் அது. தினசரி நாடக ஒத்திகை, நடன பயிற்சி என்ற ஒரே மாதிரி வாழ்க்கையில் சாப்ளினுக்கு மெதுவாக அலுப்பு தலைகாட்ட ஆரம்பித்தது.

வயது பத்தொன்பதாகியும் இன்னும் தன் தலையை சாய்த்துக்கொள்ள, ஒரு மிருதுவான தோளோ, கேசத்தை கோதிவிட வெறுமை

CLUB

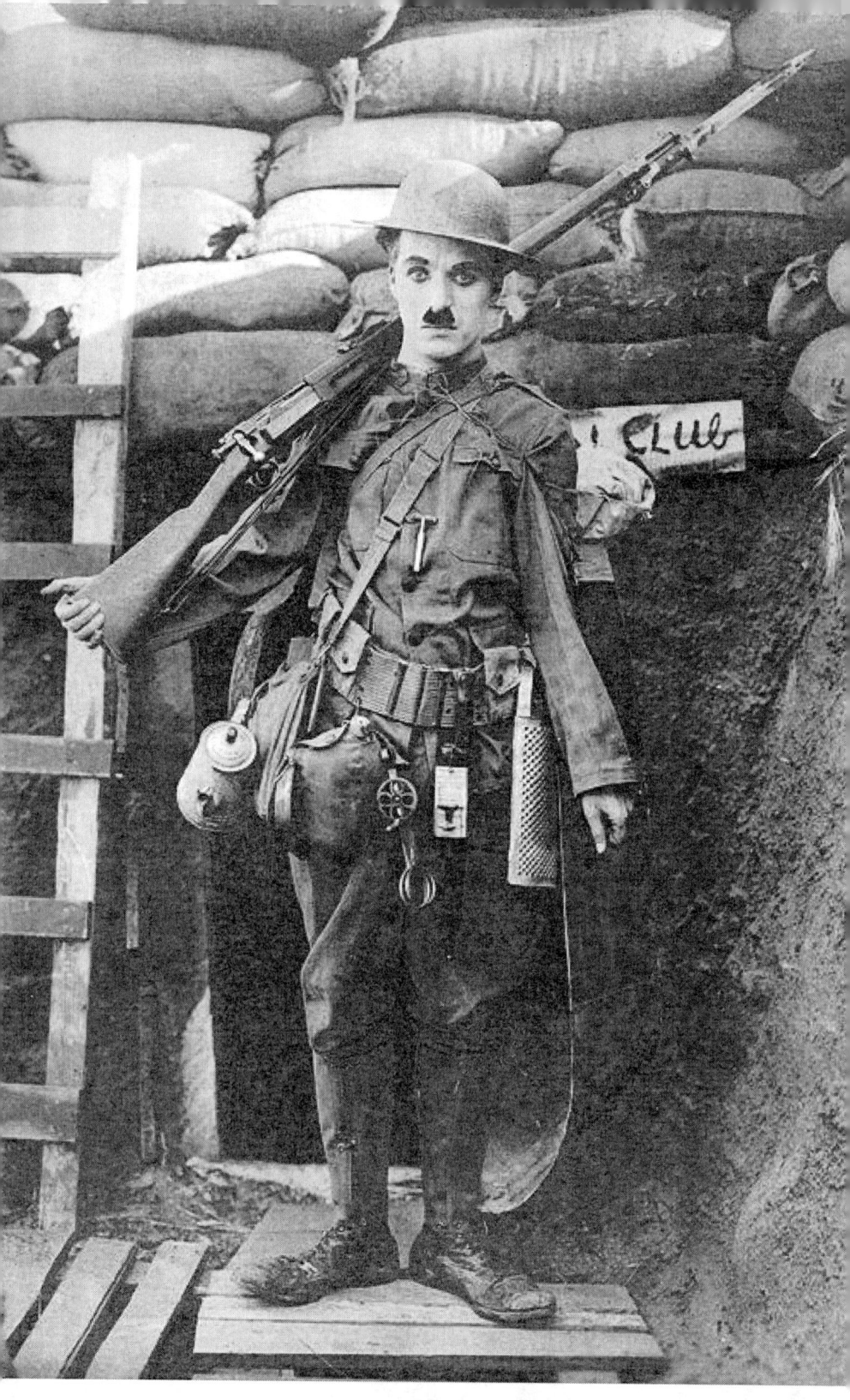

ஒரு நாள் முழுக்க சாப்ளினை வாட்டி வதைத்துக் கொண்டிருந்தபோது... அன்று மாலையே அந்த வெறுமை சட்டென ஒரு நொடியில் அகன்று, மனம் முழுக்க உற்சாகம் பூத்துக்குலுங்கியது. காரணம், விடுதியில் இன்னொரு பக்கம் நடந்துகொண்டிருந்த பெண்கள் நடன குழுவின் ஒத்திகை.

யாங்கிடூட்லி இதுதான் அந்தக் குழுவின் பெயர். லண்டனில் அந்த பெயர் பிரபலம் என்றாலும், அந்தக் குழுவைச் சார்ந்தவர்களை இப்போதுதான் சாப்ளின் முதல் முறையாகப் பார்க்கிறார். கண்ணைப் பறிக்கும் ஆடைகளில், அழகழகான பெண்கள் இசைக்கு ஏற்ப ஒயிலாக ஒன்... த்ரீ என உச்சரித்தபடி இடைகளை வெட்டி பாதங்களால் அந்த பளிங்கு தரையை அளவெடுத்துக் கொண்டிருந்தனர். சட்டென கூட்டத்தின் நடுவே ஒரு சலசலப்பு. நடனமாடிக் கொண்டிருந்தவர்களில் வேறு ஒரு பெண் கால்தடுக்கி கீழே விழ, சுற்றியிருந்த இதர பெண்கள் அனைவரும் கலகலவென சிரித்துவிட்டனர். அந்தப் பெண்களின் நடுவே ஒரே ஒரு பெண் மட்டும் சிரிக்காமல் சட்டென வேறு யாரேனும் இதனை பார்த்துவிட்டார்களா? என பார்வையை சுழலவிட, சற்று தொலைவில் நின்றுகொண்டிருந்த சாப்ளினின் விழிகள் அந்த படபடக்கும் விழிகளை எதிர்கொண்டன. உயர் அழுத்த மின்சாரம் பாய்ந்ததுபோல சாப்ளினின் இதயம் ஒருமுறை தடதடத்து அடங்கியது. படபடக்கும் விரல்கள், பாலே ஆடும் விழிகள் என நன்கு சுருதி கூட்டப்பட்ட ஒரு வயலினைப்போல இருந்தாள் ஹெட்டி. சில நிமிடங்கள் கழித்து, சாப்ளினின் அருகில் வந்த ஹெட்டி, சற்றொரு நிமிடம் பிடித்துக்கொள்ளும்படி சாப்ளினிடம் கண்களால் கட்டளையிட்டவாறே ஒரு கண்ணாடியை கையில் திணித்தாள். சில நொடிகள் தானென்றாலும் விரல்களை கூந்தலுடன் பேசவிட்டபடி, ஹெட்டி விழிகளால் சாப்ளினின் இதயத்தில் ஒரு கவிதையை எழுதிவிட்டு சட்டென அங்கிருந்து கண்ணாடியைப் பறித்துக்கொண்டு அகன்றாள். கண்ணாடியைப் பறித்த அந்த நிமிட நெரிசலில், அவள் உதடுகளும் கண்களும் உதிர்த்துச்சென்ற சிறு சுழிப்பு, சாப்ளினின் மனதில் பெரும்புயலை உண்டாக்கி தடுமாற வைத்துவிட்டது.

அடுத்தடுத்த நாளின் பதட்டமான பார்வை பரிமாறல்களுக்குபின், ஒருநாள் சாப்ளின் விடுதி

வரவேற்பறையில் வைத்து துணிந்து மடக்கி நிறுத்தி, "வரும் ஞாயிறு மாலை நான்கு மணிக்கு கென்னிங்டன் கேட் அருகில் உங்களுக்காக காத்திருக்கிறேன். உங்களுக்கும் விருப்பமிருந்தால் அன்றைய மாலை பொழுதை என்னோடு கழிக்கலாம்" எனக் கூறிவிட்டு, ஒரு கனவானைப்போல உடைகளை சரிசெய்துகொண்டு அவ்விடம்விட்டு கடந்து செல்ல... அதிர்ச்சியிலிருந்து விலகாதவளாக ஹெட்டி மெய்மறந்து சிலைபோல சில நிமிடங்கள் உறைந்து நின்றாள்.

ஞாயிறு மாலை நான்கு மணி... கென்னிங்டன் கேட்.

அடர்ந்த நிறத்தில் கோட் சூட் அணிந்து, அதே நிறத்தில் ஸ்டாக் டையும் அணிந்தபடி மிடுக்கான தோற்றத்தில் நொடிக்கொரு தரம் மணிக்கட்டைத் திருப்பி நேரத்தை சரிபார்த்துக்கொண்டே, உடன் அவ்வப்போது கர்ச்சீப்பால் முகத்தை ஒற்றிக்கொண்டபடி சாப்ளின் பதட்டத்துடன் காத்திருந்தார். கடந்து செல்லும் ஒவ்வொரு ட்ராமாக ஆவலுடன் பார்த்து, பின் ஏமாற்றமடைந்தவராக முகம் சோர்ந்தார். மணி நாலு பத்து. இருபது நிமிடங்கள் பாறாங்கற்களாக அவர் முன் உருண்டன. திடுமென வந்து நின்ற ட்ராமிலிருந்து தேவதைபோல வந்திறங்கினாள் ஹெட்டி. அவளைக் கண்ட அடுத்த நொடி, சாப்ளின் உற்சாகத்துடன் தன் தலையிலிருந்த தொப்பியைக் கழட்டி வேகமாக அவளை நோக்கி அசைக்க, பதிலுக்கு அவளும் தன் கர்ச்சீப் கையை அசைத்தபடி கண்களில் நட்சத்திரங்களைக் கொட்டினாள். அடுத்த நொடியே ஒரு டாக்ஸி அந்த இரண்டு ரோஜாக்களையும் சுமந்தபடி மேற்கு முனையிலிருக்கும் 'ட்ரொக்கேர்டோ' எனும் நவநாகரிக உணவுவிடுதியை நோக்கிப் பறந்தது. ஓர் இனிமை ததும்பும் மாலை நேரத்தை அவளுக்கு பரிசளிக்கவேண்டியே அன்று சாப்ளின் தன் வங்கிக் கணக்கிலிருந்து மூன்று ஷில்லிங் பணத்தை எடுத்து வந்திருந்தார். நினைத்தார்போல 'ட்ரொக்கேர்டோ' இருவரையும் மிகுந்த களிப்பாக்கியிருந்தது. விடுதியை விட்டு வெளியே வந்தபோது இருவரது இதயங்களும் மகிழ்ச்சியால் நிரம்பியிருந்தது. உண்மையில் சொல்லப்போனால் ஹெட்டியின் இதயத்தில் அன்றைய பொழுதில் சாப்ளின்மேல் பெரிதாக காதல் எதுவும் இல்லை. யாரோ ஓர் இளைஞன், பார்ப்பதற்கு சற்று அழகாகவும்

இருக்கிறான்.தன்னோடு ஒரு மாலைப் பொழுதை செலவழிக்க விரும்புகிறான். நட்பு ரீதியாக நாமும் அந்தப் பொழுதை இனிமையாகக் கழிக்கலாமே என்ற எண்ணம்தான் நெஞ்சில் நிரம்பியிருந்தது. ஆனால், அன்றைய மாலைபொழுதில் அவளது அளவற்ற மகிழ்ச்சியும், நயமான சிரிப்பொலியும் சாப்ளினை தவறாக எண்ண வைத்துவிட்டன. தன்னை அவளும் அளவுகடந்து நேசிக்கிறாள் என்ற நினைப்பே அவரை அன்று இரவு உறங்கவிடாமல் புரண்டு புரண்டு படுக்க வைத்தது.

மறு நாள் விடிந்தும் விடியாத காலையில் ரயில் நிலையம் நோக்கி அவரை ஓடவைத்தது. அவள் தினமும் வரும் வழியில் நின்றபடி பதட்டத்துடன் அவளது வருகைக்காக காத்துக் கொண்டிருந்தார். அவளும் அதுபோல வர, சாப்ளினைக் கண்டு உற்சாகத்துடன் பதிலுக்கு கை அசைத்தாள். இரண்டாவது நாள் மூன்றாவது நாள் என தினமும் அங்கே வந்து நிற்பதும், அவளுக்கு கை அசைத்து புன்னகைப்பதுமாக பொழுதுகள் பன்னீரில் மிதக்கும் ரோஜா இதழ்களாக கழிந்தன. நான்காவது நாள்... சற்று தொலைவிலேயே சாப்ளினை பார்த்துவிட்ட ஹெட்டி, சற்று வேகமாக காலை எட்டி போட்டு நடக்கத் துவங்கினாள். முகத்திலும் உற்சாகமில்லை. யாரோ போல கடந்து செல்லும் அவளை கண்டதும் சாப்ளினுக்கோ அதிர்ச்சி. அந்த உதாசீனத்தை அவரால் தாங்கிக்கொள்ள முடியவில்லை. ஆனாலும், அதனை காட்டிக்கொள்ளாதவராக அவளைப் பின் தொடர்ந்தபடி சென்று சற்று நகைச்சுவையாக பேசுகிறார்போல...

“என்ன என்மேல் அப்படி என்ன கோபம்? விருப்பம் இல்லாதவள் போல் இப்படி வேகமாக நடந்து செல்கிறாய்,” எனக் கேட்க அதற்கு ஹெட்டி, “இல்லை நீதான் என்னிடம் சற்று அதிகமாக நடந்து கொள்கிறாய், நான் எப்போதும் போலத்தான் இருக்கிறேன்” என முகத்திலடித்தார்போல பதில்கூற, சாப்ளினால் அந்த பதிலை தாங்க முடியவில்லை. நொடியில் சாப்ளினின் இதயம் மிதமிஞ்சிய பதட்டத்திற்காளானது. என்ன பேசுகிறோம், என்ன பேசவேண்டும் என்பதிலெல்லாம்

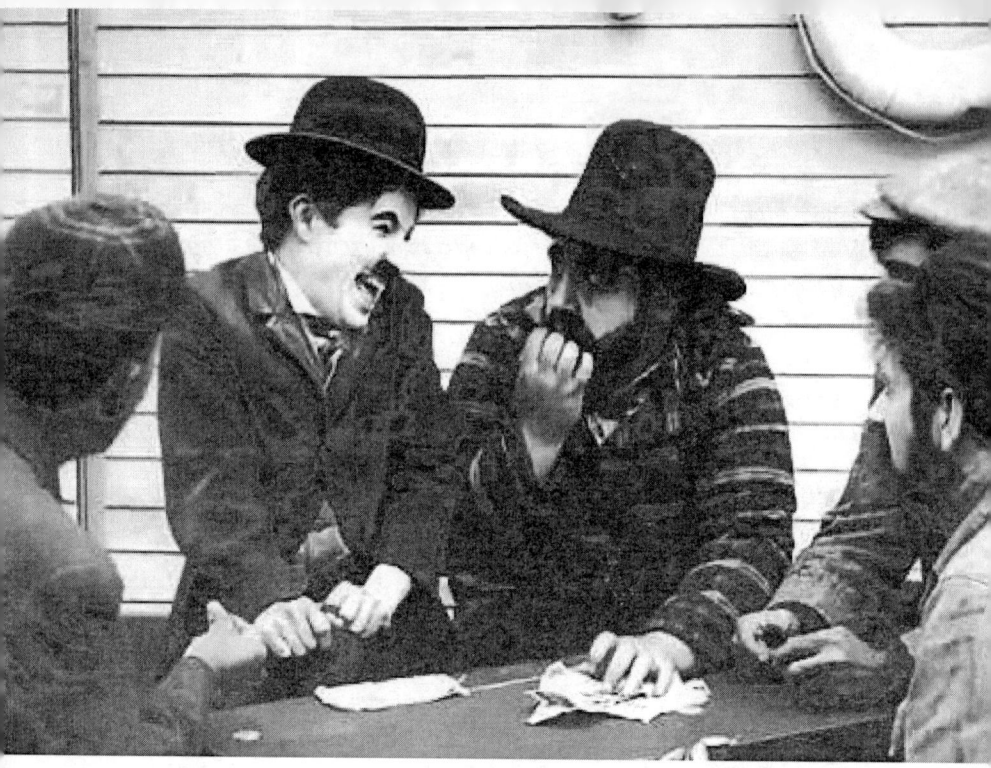

யோசித்து செயல்படும் நிலையை அவர் அந்த நிமிடத்தில் முழுவதுமாக இழந்திருந்தார்.

"இறுதியாக ஒன்று கேட்கிறேன், என்னைத் திருமணம் செய்துகொள்வாயா, மாட்டாயா?"

"இல்லை... அதனைத் தீர்மானிக்கும் வயது இன்னும் எனக்கு வரவில்லை."

அப்படியும்கூட அவள் தன்னை காதலிக்கவில்லை என்பதை அவரது மனம் ஏற்க மறுத்தது. ஏதோ தன்மேல் கோபம் போலிருக்கிறது. ஒரு வேளை இன்னமும் கூடுதலான அன்பை தன்னிடம் எதிர்பார்க்கிறாள் போலிருக்கிறது என அவரது பேதைமனம் அதுவாக ஓர் எண்ணத்திற்கு வந்தது. பதிலுக்கு நாமும் கோபப்பட்டு விலகுவதாக போலியாக கூறினாள், நிலைமை சரியாகி தன்னோடு வழக்கம்போல் பேசத் துவங்கிவிடுவாள் என, அவராக ஒருகணக்கு போட்டுகொண்டு ஹெட்டியை நோக்கி, "அப்படியானால் சரி, நானும் இனி உன்னைக் காதலிக்க வில்லை. இனிமேல் உன் பக்கம் திரும்பிக்கூட

பார்க்கமாட்டேன்" என கோபத்துடன் கூற, அவளோ அதனைக் கடுகளவும் காதில் வாங்காதவளாக வேகமாக அருகிலிருந்த சுரங்கப்பாதைக்குள் நுழைந்து முழுவதுமாக மறைந்தாள்.

சாப்ளின் வெறுமனே பேச்சுக்கு அப்படி சொல்லிவிட்டாரே தவிர, அவரால் அப்படி இருக்க முடியவில்லை. அவள் மனது தன் சொற்களால் எப்படியெல்லாம் வேதனை பட்டிருக்குமோ என, இவராக ஒரு மிதமிஞ்சிய எண்ணத்துடன் இரவு பகலாக வேதனையில் துடித்தார். இதற்காக அவளின் வீட்டிற்கே சென்று தன்னை மன்னிக்குமாறு கோரலாம் என முடிவுக்கு வந்து அவளது வீட்டிற்கும் சென்றார். கதவைத் தட்டினார். ஹெட்டி வெளியே வந்தாள். அவள் முகம் எந்த சலனமுமற்றதாக கழுவிவிட்டதை போல் அமைதியுடன் இருந்தது. சாப்ளினுக்கு என்ன பேசுவதென்றே தெரியவில்லை. இருவரும் செயற்கையாக சிரித்துக்கொண்டனர். "நான் வெறுமனே பார்த்துவிட்டு போகத்தான் வந்தேன்... விசேஷம் எதுவும் இல்லை." தன் துக்கம் தாளாத முகத்தை மறைக்கும் விதமாக மீண்டும் ஒரு போலியான சிரிப்பை உதிர்த்துவிட்டு திரும்பி நடந்தார். அவர் முதுகுக்கு பின்னே கதவு அறைந்து சாத்தப்படும் ஓசை கேட்டது. அவரால் அந்த நிலையைத் தாங்கிக்கொள்ள முடியவில்லை.

கன்னத்திலிருந்து காரணமில்லாமல் கண்ணீர் பெருக்கெடுத்து வழிந்துகொண்டிருந்தது. 'ஹெட்டி என் செல்லமே எது உன்னிலிருந்து என்னை முழுவதுமாக பிரித்துவிட்டது?' மனதுக்குள் அரற்றியபடி நடந்தார். வழியெல்லாம் மீண்டும் மீண்டும் அன்று ஞாயிறு மாலையில் 'ட்ரொக்கேர்டோ' விடுதிக்கு சென்று அவளுடன் இன்பமாக கழித்த அந்த நினைவுகள்தான் அவரை இம்சித்துக்கொண்டிருந்தன. அன்று இரவு அவ்வளவு நேசித்த அவளை பிற்பாடு நான்கே நாளில் எது தன்னிடமிருந்து முழுவதுமாக பிரித்திருக்க முடியும். ஒருவேளை தனது ஏழ்மைநிலைஅவளுக்குத் தெரிந்திருக்குமோ? சாப்ளினால் அந்த எண்ணத்தைதான் தாங்கிக்கொள்ளவே முடியவில்லை. பாழாய் போன இந்த பணம்தானே நம்மை இந்த பாடு படுத்துகிறது.

அந்தப் பணத்தை சம்பாதித்து, லண்டனிலேயே அனைவரும் வியக்கும் வண்ணம் பெரும் சீமானாக ஒருநாள் வலம் வரவேண்டும். 'ஹெட்டி என் அன்பே அப்போதாவது எனக்கு நீ கிடைப்பாயா?' என குழந்தைபோல கேவிக்கேவி அழுதபடி வீடுவந்து சேர்ந்தார்.

சாப்ளினால் இந்தத் தோல்வியைத் தாங்கிக்கொள்ளவே முடியவில்லை.

அதன் பிறகு ப்ரெட் கார்னோ குழுவுடன் அமெரிக்கா வந்தபின்னும் ஹெட்டியின் நினைவு அவரை விரட்டிக்கொண்டே இருந்தது. நியூயார்க் நகரத்தின் வீதிகளில் பலவிதமான பெண்கள் அவரைக் கடந்துசென்றனர். ஆனால், அனைவரது முகத்திலும் அவர் தேடியது ஹெட்டியின் விழிகள். ஹெட்டி போல இன்னொரு பெண் தனக்குக் கிடைப்பாளா? அதுபோன்ற கண்களை இனி நான் எங்கே காண்பேன்? தினமும் உள்ளுக்குள் உருக்குலைந்தார். ஹெட்டியின் மூன்று நாள் அன்பு, அவரை அப்போது மட்டுமல்ல வாழ்நாள் முழுக்க தொடர்ந்து இம்சித்தது. பிற்பாடு அவர் தொடர்ந்து ஏற்படுத்திக்கொண்ட எண்ணற்ற, திருப்தியற்ற திருமண வாழ்க்கைகளுக்கும் அதுவே காரணமாகவும் அமைந்தது.

6

கேமராமுன் நடித்த முதல் திரைப்படம்

உணர்ச்சிகள் பேரலையாக எழும் ஒவ்வொரு சந்தர்ப்பத்திலும் மனிதன் தோல்வியையே பரிசாகப் பெறுகிறான். ஆனால், சாப்ளினுக்கு ஹெட்டியுடன் ஏற்பட்ட காதல் தோல்வியானது, வாழ்வின் இதர பக்கங்களை நோக்கி அவரை ஆவேசத்துடன் திரும்ப வைத்தது.

இது அவருக்குள் இரண்டு விதமான பாதிப்பை உருவாக்கியது. ஒன்று, தன்னைத் தோற்கடித்த இந்த அந்தஸ்தை தலைகீழாக மாற்றி பணக்காரனாக வேண்டும் என்கிற வெறி. இன்னொன்று, புத்தகம். தன்னைத் துன்புறுத்தும் ஹெட்டியின் நினைவுகளில் இருந்து தப்பிக்க, சாப்ளின் தீவிரமாக வாசிப்பை மேற்கொண்டார். 'இங்கர்சாலின் எழுத்தும் உரைகளும்', எமர்சனின் 'சுய நிர்ணயம்' ஆகிய இரு புத்தகங்களும் சாப்ளினைப் பெரிதும் பாதித்தன. எமர்சனைப் படித்தபோது, அறிவின் பூரண வெளிச்சம் கிடைக்கப் பெற்று, பொன்னான தன் வாழ்வுரிமையைச் சட்டென அடைந்து விட்ட சந்தோஷத்தை உணர்ந்தார். வால்ட் விட்மனின் 'லீவ்ஸ் ஆஃப் கிராஸ்' அவரது இதயத்தில் ஊஞ்சலைக் கட்டியது. ஒருபுறம் வாரத்தின்

ஏழு நாட்களிலும் தீவிரமான ஒத்திகை, நாடகங்கள்... இவற்றினூடே தீவிரமான அறிவுப் பசியும் சாப்ளினை அலைக்கழித்தது. நாடக ஒப்பனை அறைகளிலும்கூட அவர் தனக்குப் பிடித்தமான மார்க் ட்வைன், எட்கர் ஆலன் போ, ஹாத்தொர்ன், இர்விங், ஹெஸ்லிட் ஆகியோரது புத்தகங்களை வாசித்தபடியே இருந்தார்.

இதனிடையே, கிடைத்த ஐந்து மாத இடைவெளி காரணமாக, சாப்ளின் லண்டன் திரும்பினார். அங்கே, அண்ணன் சிட்னியுடன் புதிதாக ஒரு பெண் இருந்தாள். அவளைத் தன் மனைவி என சாப்ளினுக்கு அறிமுகம் செய்தார் சிட்னி. அன்று மாலை, மனநல விடுதிக்குச் சென்று தாயைச் சந்தித்தனர். வேறு யாரோ போல அவர்கள் இருவரையும் ஹென்னா பார்த்தாள். இருவரும் மௌனமாக வெளியில் வந்தனர். சிட்னி, மனைவியுடன் வெளியில் செல்வதாகக் கூறி புறப்பட்டார். இப்போது சாப்ளின் மட்டும் தனியே... சாப்ளினின் கண்களில் இருந்து நீர் வழிந்தது. இனி தனக்கென யாரும் இல்லை; அத்தனைப் பெரிய லண்டன் நகரத்தில் தான் ஓர் அநாதை போல்

உணர்ந்தார் சாப்ளின். எல்லா மனிதனும் ஏதோ ஒரு சந்தர்ப்பத்தில் தனியன்தானே!

'இந்த லண்டன் எப்போதுமே இப்படித்தான்... முன்பு தன்னை ஏழ்மையாக்கிப் பரிகசித்தது. இப்போது அநாதையாக்கி அழவைக்கிறது. இனி, இந்த லண்டனைத் திரும்பிக்கூடப் பார்க்கக் கூடாது. அப்படித் திரும்பினால், இந்த மாநகரமே தன்னைத் திரும்பிப் பார்க்கும்படியான ஆளாகத்தான் வர வேண்டும்' என முடிவெடுத்தார் சாப்ளின். கப்பல் அமெரிக்காவிற்கு திரும்பியது.

இந்த முறை, அமெரிக்காவில் பிரட் கார்னோ நாடகக் குழுவின் நகைச்சுவையில் அமெரிக்காவே அதிர்ந்தது. எங்கு சென்றாலும் கை தட்டல்கள். சாப்ளினுக்குக் கூடுதல் வரவேற்பு! ஒரு காட்சியைப் பார்த்துவிட்டு உற்சாகம் பீறிட வெளியே வந்த ஒரு ரசிகர், சாப்ளினைக் கட்டிப் பிடித்துத் தூக்கியபடி, "என் பெயர் மேக் சென்னெட். நான் ஒரு துணை நடிகன். என்றாவது ஒரு நாள் நான் படம் எடுத்தால், நீதான் என் நாயகன்!" என்று கை குலுக்கினார்.

ஃபிலடெல்ஃபியாவில் ஒரு நாள் மாலை... சாப்ளினுக்கு அதுவரையிலான பாக்கி பணத்தொகை முழுவதுமாகக் கைக்கு வந்தது. வாழ்நாளில் அவ்வளவு பெரிய தொகையை அவர் அதுவரை பார்த்ததே இல்லை. நியூயார்க்குக்கு ரயில் ஏறினார் சாப்ளின். நகரத்தின் உயர்ந்த துணிக்கடையினுள் நுழைந்தார். சுமாரான விலைகொண்ட துணிகளைக் காண்பித்த சிப்பந்தியை முறைத்தார். வெளியே வரும்போது தோற்றத்தில் ஒரு பணக்கார இளைஞனாக மாறியிருந்தார். வழியில், நட்சத்திர விடுதி ஒன்றினுள் நுழைந்தார். அதன் பணக்காரத்தனம் அவரைப் பயமுறுத்தியது என்றாலும், பிறவிப் பணக்காரனைப் போன்ற தோரணையுடன், "இங்கே எனக்கு ஓர் அறை கிடைக்க வாய்ப்பு இருக்கிறதா?" என மிடுக்குடன் கேட்டார். அவர் முன் தலை தாழ்த்தியபடி வந்துநின்ற பணியாளன் ஒருவன், ஓர் அறையின் கதவைத் திறந்தான்.

சாப்ளின் அந்த அறையைப் பார்த்தார். கண்ணைப் பறிக்கும் அதன் வெல்வெட் மெத்தையும், பளிங்கினால் ஆன குளியலறையும் அவரை வெட்கம் கொள்ள

வைத்தன. ஒரு கோமாளிச் சிறுவனைப் போல ஓடிச் சென்று படுக்கையின் வாசனையை முகர்ந்தார். தனது சந்தோஷத்தை யாருக்காவது கூவிச் சொல்ல வேண்டும் போலிருந்தது. இத்தனை நாளாக எந்த அந்தஸ்து தன்னை வாழத் தகுதி அற்றவனாக அவமானப் படுத்திக்கொண்டு இருந்ததோ, அதை அந்த நிமிடத்தில் அடைந்துவிட்டதாக உணர்ந்தார். பின்பு, அறையின் ஒரு மூலையில் அமர்ந்து வெகுநேரம் கேவிக்கேவி அழுதார். அந்த அழுகைக்குக் காரணமாக இரண்டு பெண்கள் இருந்தனர். ஒருவர், அவரது தாயார் ஹென்னா. மற்றொருவர், அந்தஸ்து காரணமாகத் தோல்வியுற்ற அவரது காதல் நாயகி ஹெட்டி.

அன்று இரவு கனத்த மனதுடன் ஃபிலடெல்ஃபியா திரும்பிய சாப்ளினுக்கு, பூட்டிய கதவின் கீழே ஒட்டப்பட்ட ஒரு கடிதத்தில் அதிர்ஷ்டம் காத்திருந்தது. சாப்ளினின் வாழ்வை மாற்றியமைத்த மூன்றாவது தருணம் அது. தான் படமெடுத்தால், நடிக்க அழைப்பதாகக் கூறிய மேக் சென்னட் அந்தக் கடிதத்தை அனுப்பி இருந்தார்.

‘கீஸ் ஸ்டோன் ஸ்டுடியோ’ என்பது அந்த நிறுவனத்தின் பெயர். ஏற்கெனவே இரண்டு ஒரு நிமிட நகைச்சுவைப் படங்களை எடுத்து வெற்றித் தயாரிப்பாளராக சென்னட் உருவெடுத்திருந்தார். முந்தைய படங்களில் நடித்த நடிகன் கூடுதலாகப் பணம் கேட்கவே, புதிய நடிகனை அறிமுகப்படுத்த முடிவுசெய்தவர், சாப்ளினை அழைத்திருந்தார். அவரின் எதிர்பார்ப்பு வீண்போகவில்லை.

‘நியூஸ் பேப்பர் ரிப்போர்ட்டர்’ என்பதுதான், சாப்ளின் என்னும் மகத்தான கலைஞன் கேமரா முன் தோன்றி நடித்த முதல் திரைப்படம். பெரிதாகக் கதை என்று எதுவும் இல்லை. சும்மா பிரின்ட்டிங் மெஷின் முன் சாப்ளினை ஓடி ஆடவைத்துப் படம் பிடித்தார்கள். சாப்ளினுக்கு இதில் திருப்தி இல்லை. படத்தின் டைரக்டரான லெஹர்மானுக்கோ, தான் ஓர் அட்டகாசமான படத்தை இயக்கிவிட்டதாகப் பரம திருப்தி. சாப்ளின் நினைத்தது போலவே படம் சரியாக வரவில்லை.

எங்கே தன் திறமையைக் குறைத்து மதிப்பிட்டு விடுவார்களோ என சாப்ளினுக்குப் பயம். ஆனால்,

சென்னட் அதுபற்றி அலட்டிக்கொள்ளவில்லை. அடுத்த படத்தில் சாப்ளினுக்கு வேலை இல்லை. ஸ்டுடியோவில் சும்மா இருக்கும்போதெல்லாம் சென்னட் முன், தான் பரபரப்பாக மற்ற வேலைகளையும் செய்பவராகத் தன்னைக் காட்டிக்கொள்வார் சாப்ளின். சுருட்டைப் புகைத்தபடி சென்னட்டும், சாப்ளினைப் பார்த்துத் தலையாட்டிச் சிரித்தபடி கடந்து செல்வார். ஒவ்வொரு நாளும் 'இன்றுதான் கடைசி. இதோடு நம்மை வீட்டுக்கு அனுப்பிவிடுவார்கள்' என்ற பயத்திலேயே இருந்தார் சாப்ளின்.

ஒரு நாள் அந்த ஸ்டுடியோவில் ஏகப்பட்ட கூட்டம். அடுத்தடுத்த மூன்று தளங்களிலும் மூன்று படப் பிடிப்புகள்! வழக்கம்போல வாயில் சுருட்டு புகைய, வேடிக்கை பார்த்துக்கொண்டு இருந்த சென்னட்டுக்கு படப்பிடிப்பு போரடித்தது. சாப்ளினை அழைத்து, "போ... மேக்கப் போட்டுக்கொண்டு வந்து, ஏதாவது காமெடி செய்து காட்டு பார்க்கலாம்!" எனக் கட்டளையிட, சட்டென சாப்ளின் மின்சாரம் தாக்கியவராகப் பரபரத்தார். இதை விட்டால் இன்னொரு சந்தர்ப்பம் கிடைக்காது எனத் துரிதமாகக் காரியத்தில் இறங்கினார்.

அப்போது பார்த்து உடை அலங்காரப் பொறுப்பாளரிடம் அவரது சைஸுக்கு உடைகள் இல்லை. பெரிய சைஸ் தொளதொள பேன்ட் கிடைத்தது. அதை எடுத்து மாட்டிக்கொண்டார். பெல்ட் இல்லை. கயிறு கிடைத்தது. இடுப்பைச் சுற்றிக் கட்டிக்கொண்டார். உடை பொறுப்பாளர், பொருத்தம் இல்லாத சிறிய மேல் ஜாக்கெட்டை எடுத்துக் காண்பிக்க... சாப்ளின் சந்தோஷத்துடன் அதை வாங்கி அணிந்துகொண்டார். தொளதொள பேன்ட்டிலும் இறுக்கமான சிறிய ஜாக்கெட்டிலும் இருந்த முரணில் ஒரு கோமாளித்தனம் ஒளிந்திருப்பதை அறிந்த சாப்ளின், தொடர்ச்சியாக அந்த முரணை ஷூ, தொப்பி, கைத்தடி என ஒவ்வொன்றிலும் அந்த அவசரத்தினூடேயும் பரபரப்பினூடேயும் உருவாக்க... கடைசியில் பூச்சி மீசை சகிதம் மேடையில் தோன்றி முதல் பார்வையிலேயே தயாரிப்பாளர் சென்னட்டை வசீகரித்துவிட்டார் சாப்ளின்.

சென்னட்டைக் காட்டிலும், பேரழகியான அவரது காதலி மேபல் நார்மன்ட்தான் விழுந்து விழுந்து சிரித்தாள்.

குச்சியைச் சுழற்றியபடி தன் கதாபாத்திர விவரிப்பைத் தன்னைத்தானே கிண்டல் செய்துகொள்வதன் மூலமும் கோமாளித்தனமான நடனத்தின் மூலமும் நிகழ்த்தி, அந்த அரங்கத்தையே சிரிப்பொலியால் கலகலக்க வைத்தார் சாப்ளின். சென்னட்டின் முகத்தில் எல்லையற்ற ஆனந்தம்!

சாப்ளின் இப்போது, தான் உருவாக்கிய கதாபாத்திரத்தைப் பற்றி விவரிக்க ஆரம்பித்தார்... "நீங்கள் பார்க்கும் இவன் சாதாரண ஆள் இல்லை; இவனுக்கு நிறைய பக்கங்கள் இருக்கின்றன. இவன் ஒரு நாடோடி, கனவான், கவிஞன், கனவு காண்பவன், விஞ்ஞானி, இசைஞன், பிரபு, இவன் துண்டு சிகரெட்டைத் தரையில் பார்த்தால் விட மாட்டான்..."

கூட்டம் கை தட்டி ஆரவாரித்தது. சாப்ளின் மேலும் தொடர்ந்தார்... "இவனுக்கு மிகவும் பிடித்த பொழுதுபோக்கு பெண்களின் பின்பக்கத்தைத் தட்டுவது மற்றும் குழந்தைகளிடம் இருந்து மிட்டாய் பிடுங்கிச் சாப்பிடுவது..." எனத் தொடர்ந்து பத்து நிமிடங்கள் அந்த இடத்தை மெய்மறக்கச் செய்தார். அந்த ஸ்டுடியோ அன்று, தியேட்டரைப் போல மாறியிருந்தது. ஊழியர்கள் அனைவரும் ரசிகர்களாக மாறியிருந்தனர். அனைவரது கண்களிலும் நீர்! எல்லோர் மனங்களிலும் எல்லையற்ற சந்தோஷம். பின்னாட்களில் பிரபஞ்சத்தையே தன் நகைச்சுவையால் கட்டியாண்ட அந்த நகைச்சுவை மன்னன், இப்படியாகத்தான் அன்று அங்கே பிறந்தான் !

7

முதல் திருமணமும் முதல் விவாகரத்தும்

இழப்பதற்குத் துணிச்சல் உள்ளவனே, பெறுவதற்கும் தகுதி உடையவன் ஆகிறான். காலத்தின் திசையறுத்து, புது வெளி அமைத்து, கால் பதித்து, வானம் ஏகிப் பறப்பவர்களே சாதனை மனிதர்கள்!

அதனால் தான் சாப்ளின், ஒரு முட்டாள் இயக்குனரின் படத்தில் நடிக்க மாட்டேன் எனப் பிடிவாதமாக மறுத்தார். நடிக்க வாய்ப்பு கிடைப்பதே பெரிய விஷயம் என நினைத்து, முதலாளியின் கட்டளைக்கேற்ப அவர் சலாம் போட்டிருக்க முடியும். இத்தனைக்கும் அப்போது அவர் நடித்து இரண்டு படங்கள் மட்டுமே வெளியாகியிருந்தன. முதலாளி மேக் சென்னட்டோ கெடுபிடிக்குப் பேர்போனவர். ஆனாலும் அவரிடம், "லெஹர் மேன் இயக்கத்தில் நான் நடிக்க மாட்டேன்" எனத் திட்டவட்டமாகச் சொன்னதோடு நில்லாமல், "என்னிடம் ஒரு கதை இருக்கிறது. நானே நடித்து, நானே இயக்க விரும்புகிறேன். அது பெரிய வெற்றிப் படமாக அமையும்" என்றார் மிக த் தெளிவாக. தான் எப்படியாவது இந்த உலகில் அறியப்பட வேண்டும் என்பதில் உறுதியாக இருந்தார் சாப்ளின்.

தயாரிப்பாளருக்கு சாப்ளினின் பிடிவாதம் எரிச்சல் ஊட்டியது. 'திறமையானவனிடம் கொஞ்சம் தலைக்கனம் இருக்கத்தான் செய்யும்; விட்டுப்பிடிப்போம்' என முடிவு செய்தவர், தன் மனைவியும் பேரழகியுமான மேபல் இயக்கத்தில் நடிக்கும்படி சாப்ளினுக்கு உத்தரவிட்டார்.

இரண்டே நாட்கள்தான்... பேரழகிக்கும் பெருங்கலைஞனுக்கும் முட்டிக்கொண்டது. "ஒன்று, நான் இருக்க வேண்டும்; அல்லது அந்தக் கோமாளி இருக்க வேண்டும்" என சென்னட்டிடம் கடும் கோபத்துடன் கூச்சலிட்டாள் மேபல். மனைவியின் ஆவேசத்தைப் பார்த்த சென்னட், சாப்ளினை வீட்டுக்கு அனுப்புவது என முடிவெடுத்தார்.

ஆனால், மறுநாள் நடந்ததோ வேறு. செட்டில் சாப்ளினுக்குக் கூடுதல் உபசாரம். இது சாப்ளினுக்கே ஆச்சர்யம்!

இடையில் என்ன நடந்தது?

முதல் நாள் இரவு, சென்னட்டுக்கு ஒரு விநியோகஸ்தரிடம் இருந்து வந்த தொலைபேசி அழைப்புதான் அத்தனை மாற்றத்துக்கும் காரணம். "யாருங்க அந்த சாப்ளின்? அவன் வந்தாலே தியேட்டர்ல விசில் பறக்குது. அவன் நடிச்ச படங்கள் எதுவா இருந்தாலும், எக்ஸ்ட்ரா இருபது பிரின்ட் அனுப்புங்க" என்ற குரல்தான் சென்னட்டைத் தலைகீழாக மாற்றியிருந்தது.

புத்திசாலியான சென்னட் நேரே சாப்ளினிடம் வந்து, "சரி, நான் உங்கள் வழிக்கே வருகிறேன். உங்கள் கதையை நீங்களே நடித்து டைரக்ட் செய்யுங்கள். ஆனால், படம் தோல்வியடைந்தால் தயாரிப்புச் செலவு முழுவதையும் வட்டியும் முதலுமாக எனக்கு நீங்கள் திருப்பித் தர வேண்டும். சம்மதமா?" என்றார்.

சாப்ளின் பயந்து ஜகா வாங்கிவிடுவார் என்பது அவரது கணக்கு. ஆனால், மகிழ்ச்சியும் தன்னம்பிக்கையும் மிகுந்தவராக சாப்ளின், "நான் உங்களுக்கு முழுப் பணத்தையும் திருப்பித் தருவதுடன், என் படம் தோல்வியடைந்தால் நான் ஒட்டு மொத்தமாக சினிமாவை விட்டே வெளியேறிவிடுகிறேன்" என பதில் சவால் விடுத்து, சென்னட்டைத் திணறடித்தார்.

'காட் இன் த ரெய்ன்' — இதுதான் சாப்ளின், தானே நடித்து இயக்கிய முதல் ஒரு ரீல் திரைப்படம். படம் வெளியானது. யாருமே எதிர்பாராத வகையில் பெரும் வெற்றி பெற்றது. சென்னட், சாப்ளினைக் கட்டிப்பிடித்துப் பாராட்டினார். தொடர்ந்து சென்னட்டின் கீஸ்டோன் ஸ்டுடியோவுக்காக, சாப்ளின் இயக்கிய அனைத்து ஒரு ரீல், இரண்டு ரீல் படங்களும் மிகப்பெரிய வெற்றிகளைப் பெற்றன. அந்த ஒரே ஆண்டில் மட்டும் கிட்டத்தட்ட 35 ஒரு ரீல் படங்களை சாப்ளின் இயக்கியிருந்தார்.

தம்பியின் வெற்றிக் கடிதம் கண்ட சிட்னி, லண்டனிலிருந்து விமானத்தில் நியூயார்க் பறந்து வந்தார். தம்பிக்கு அண்ணன் சாரதி ஆனார். பெரிய பெரிய கம்பெனிகளில் கணக்காகப் பேசி தம்பிக்குப் பெரும் தொகை ஒப்பந்தங்களை ஏற்படுத்தித்

தந்தார். எஸ்ஸனே, மியூச்சுவல் போன்ற கம்பெனிகள் டாலர் நோட்டுகளை கூடை கூடையாக சாப்ளின் தலையில் கொட்டின. கார், பங்களா என வாழ்க்கை சடசடவென றெக்கை விரித்து, வானில் பறக்கத் துவங்கியது. கடைகளில் தொளதொள பேன்ட், கைத்தடி, தொப்பியுடன் இருக்கும் நாடோடிக் கோமாளி முத்திரையிட்ட பொருட்கள் பரபரப்பாக விற்றன. அமெரிக்க மக்களிடையே சாப்ளின் நவயுக நாயகனாக உருவெடுத்தார் !

ஒருமுறை படப்பிடிப்பு முடிந்து, ரயிலில் சாப்ளின் நியூயார்க் நோக்கிப் பயணம் செல்லும் தகவல் எப்படியோ பொதுமக்களுக்குத் தெரியவர, வழி நெடுக ஒவ்வொரு ரயில் நிலையத்திலும் அவரை வரவேற்க பிரமாண்டமான ஏற்பாடுகள். பாண்டு வாத்தியங்கள். மக்கள் கூட்டம்

கூட்டமாகக் கைகளில் மலர்க்கொத்துகளுடன் காத்திருந்தனர். ரயில் பிளாட்ஃபாரத்தினுள் நுழைந்ததுமே, சாப்ளின் பயணிக்கும் பெட்டியின் கண்ணாடி ஜன்னலை நோக்கி வெறிபிடித்தாற்போல் ஆவேசத்தோடு முண்டியடித்தனர். பலர் உயரமான கம்பங்களிலும் மரங்களிலும் தொங்கிக்கொண்டு, "சாப்ளின்... சாப்ளின்..." என உற்சாகத்துடன் கூவிக் கையசைத்தனர். சிலர் பெட்டிக்குள்ளேயே ஏறி, சாப்ளினைக் குண்டுக்கட்டாகத் தூக்கிக்கொண்டு ஆடினர்.

சாப்ளினுக்கு அதுதான் முதல் அனுபவம். தன்னைக் காண அலைமோதும் கூட்டத்தைக் கண்டு சாப்ளினுக்கு மகிழ்ச்சி ஏற்படவில்லை. மாறாக, ஒரு வெறுமை அவரது மனதை ஆக்கிரமித்தது.

எதற்காக இந்த வெறி? அவர்கள் தன்னிடம் எதைக் கண்டு ஆரவாரம் செய்கிறார்கள்? இந்த உடம்பையா? முகத்தையா? மனதையா? வெறிபிடித்த கண்கள் தன்னிடம் எதைத் தேடி இத்தனை மெனக்கெட வேண்டும்? கேள்விகள் அவரது மனதைக் குடைய ஆரம்பித்தன.

'இத்தனை நாள் நாம் கனவு கண்டதெல்லாம், வெறுமே இந்த கூச்சலுக்கும் ஆரவாரத்துக்கும் தானா?' — ரயில் சக்கரங்களின் வேகத்தைக் காட்டிலும் சாப்ளினின் மனம் வேகமாக தடதடக்க ஆரம்பித்தது. 'சிறுவயதில் பட்ட பசியும் பட்டினியும் அவஸ்தைகளும் அவமானங்களும் இதற்குத்தானா? அப்படியானால் இனி நான் என்ன செய்யப்போகிறேன்? மற்றவர்களைப் போல, இந்தப் பாராட்டையும் புகழையும் அப்படியே தக்க வைத்துக்கொள்ள தந்திரங்கள் செய்ய வேண்டுமா?

இல்லை! ஒருக்காலும் அப்படி நடக்க மாட்டேன். நான் சாதாரண ஆளில்லை. ஏதாவது செய்தாக வேண்டும். இனி நகைச்சுவையோடு சேர்த்து, மனிதகுலம் பயனுறும்படி மகத்தான காவியங்களைத் திரைப்படங்களாக எடுக்க வேண்டும்!' சாப்ளினின் மனதில் சட்டென ஒரு நீரூற்று பொங்கிப் பீறிட்டது. நியூயார்க் ஸ்டேஷனில் சிட்னி அவரை வரவேற்று, பெட்டியைக் கையில் வாங்கிய போது, சாப்ளின் முற்றிலும் வேறு ஆளாக மாறியிருந்தார்.

அதன் முதல் தாக்கம், 1917—ல் வெளியான அவரது 'இம்மிகிரன்ட்' திரைப்படத்தில் தெரிந்தது. துறைமுகத்தில், குடியேற்ற மனிதர்களிடம் அமெரிக்க அரசு நடத்தும் கெடுபிடிகளை சாப்ளின் இப்படத்தில் கடுமையாகச் சாடியிருந்தார். சாப்ளின் எனும் தனி மனிதனுக்கும் அமெரிக்கா எனும் முதலாளித்துவ அரசாங்கத்துக்குமான பனிப்போரின் முதல் துளி இங்கிருந்துதான் துவங்கியது. சாப்ளினைக் கண்காணிக்க பிரத்யேகமாகச் சில ஆட்களை அமெரிக்க அரசு நியமித்தது.

ஹாலிவுட்டை, அப்போது நம் உச்ச நட்சத்திரமான சார்லி சாப்ளினோடு சேர்ந்து கலக்கிக்கொண்டு இருந்தவர்கள்... கனவுக் கன்னி மேரிபிக் போர்ட், கனவு நாயகன் டக்ளஸ் பேர் பேங்ஸ் மற்றும் பிரமாண்ட இயக்குனர் கிரிஃபித். அன்றைய சூழலில் ஹாலிவுட்டின் மொத்த வருமானத்தில் பெரும் பங்கு இந்த நான்கு பேருடையதாகவே இருந்த காரணத்தினால், அவர்களும் அதற்கேற்றாற்போல் தங்கள் வருமானத்தை உயர்த்திக்கொண்டனர். கடுப்பாகிப்போன ஸ்டுடியோ முதலாளிகள் ஒன்று சேர்ந்து, இனி இவர்கள் நால்வரையும் யாரும் ஒப்பந்தம் செய்யக் கூடாது எனத் தடை விதித்து, ஹாலிவுட் முழுக்க ரெட் கார்டு போட்டனர்.

ஏழைகளைப் பற்றி மட்டுமே படம் எடுத்துக்கொண்டு இருந்த காரணத்தால், அப்போது சாப்ளினுக்குப் பணக்கார முதலைகள் பலரும் எதிரிகளாகியிருந்தனர். அவர்களுக்கு சாப்ளின் மேல் விழுந்த இந்தத் தடை உத்தரவு புது உற்சாகத்தைத் தந்தது. இனி சாப்ளின் கதை அவ்வளவுதான் என மதுக் கோப்பைகளை உயர்த்திக் கொண்டாடினர். ஆனால், அடுத்த நாள் நாளிதழ்களின் தலைப்புச் செய்தி, அவர்களது தலையில் இடியாக இறங்கியது.

சாப்ளின் உட்பட அந்த நால்வரும் சேர்ந்து, தங்களுடைய படங்களை தாங்களே தயாரித்து வெளியிடும் வகையில், புதிய தயாரிப்பு நிறுவனம் ஒன்றைத் தொடங்கியிருக்கிறார்கள் என்ற செய்திதான் அது. அந்த நிறுவனத்தின் பெயர் 'யுனைடெட் ஆர்ட்டிஸ்ட்ஸ்'. பின்னாட்களில் பிரமாண்டமான ஸ்டுடியோவாக உருவெடுத்த அந்த நிறுவனம், பல

நூற்றுக்கணக்கான படங்களைத் தயாரித்து ஹாலிவுட்டின் புகழ்பெற்ற ஸ்டுடியோவாக நெடுங்காலம் இயங்கியது.

இக்கால கட்டங்களில் சாப்ளின் வாழ்வில் நடைபெற்ற மற்றொரு முக்கிய நிகழ்வு... அவரது முதல் திருமணமும் முதல் விவாகரத்தும்!

மில்ட்ரெட் ஹாரிஸ் என்ற நடிகை, தோற்றத்தில், மறக்க முடியாத தன் முதல் காதலி ஹெட்டியைப் போலவே இருந்தாள் என்ற காரணத்துக்காகவே, சாப்ளின் அந்த நடிகை மீது மையல் கொண்டார். மணம் முடித்தார்.

ஆனால், அவள் ஹெட்டிக்கு நிகரானவள் அல்ல என்பதை சாப்ளின் இரண்டு வருடங்கள் கழித்துதான் புரிந்து கொண்டார். இதனிடையே இருவருக்கும் பிறந்த அவரது முதல் ஆண் குழந்தையான நார்மன் ஸ்பென்ஸரின் மரணம், அவரைப் பெரும் துயரத்துக்கு அழைத்துச் சென்றது. அந்தத் துயரம் தாங்காமல் சாப்ளின் தன் கற்பனையில் ஒரு சிறுவனை உருவாக்கினார். அவனோடு கொஞ்சி மகிழ்ந்தார். அப்படியாக அந்தக் கற்பனை கொஞ்சம் கொஞ்சமாக வளர, உலகையே அழவைத்த, அசரவைத்த ஓர் அற்புதக் காவியம் தயாரானது. அதுதான் 'தி கிட்'!

1921—ல் வெளியான 'தி கிட்' அமெரிக்காவை அசத்தியதோடு, ஐரோப்பாவிலும் பரபரப்பை ஏற்படுத்தியது. அதில் குழந்தையாக நடித்த ஜாக்கிகூகனுடன் சாப்ளின் அமர்ந்திருக்கும் போஸ்டர், 85 ஆண்டுகளுக்குப் பிறகும் இன்றும்கூட உலகின் ஏதோ ஒரு மூலையில், எங்கோ ஒரு வீட்டின் வரவேற்பறையை அலங்கரிப்பது ஒன்றே போதும், அந்தத் திரைப்படத்தின் வெற்றியை விளக்க!

வெற்றியின் மகிழ்ச்சியில் சாப்ளின் திளைத்துக்கொண்டு இருந்தபோது, லண்டனிலிருந்து வந்த ஒரு கடிதம் அவரது கண்களில் நீர் துளிர்க்கச் செய்தது. லண்டனில், மனநல மருத்துவ மனையில் இருந்த அவரது தாயாரான ஹென்னா, இப்போது மீண்டும் பழைய நிலைக்குத் திரும்பிவிட்டதாகவும், சாப்ளின் எங்கே, சிட்னி எங்கே எனக் கேட்பதாகவும் சொன்னது கடிதம்.

உலகின் ஒப்பற்ற கலைஞனை ஈன்ற அந்தப் பெருமைமிகு தாய், தன்னைக் கப்பலில் அமெரிக்காவுக்கு அழைத்துச்செல்ல வந்த மகனின் நண்பன் டாமிடம், "என் குழந்தைகள் சிட்னிக்கும் சாப்ளினுக்கும் அங்கே சாப்பாடு ஒழுங்காகக் கிடைக்கிறதா?" என்றுதான் அடிக்கடி கேட்டுக்கொண்டு இருந்தாராம்.

தாயை வரவேற்க ஏற்பாடுகள் பலமாக இருந்தன. கடற்கரையை ஒட்டி ஒரு பிரமாண்டமான பங்களா, ஆடம்பரமான வேலைப்பாடுகளுடன் தயாராகியது. அங்கே அவர்களுடனேயே தங்கியிருந்து கவனித்துக்கொள்ள தனியாக ஒரு மருத்துவரும் செவிலிப் பெண்ணும் பணியாளர்களும் ஏற்பாடு செய்யப்பட்டு இருந்தனர்.

'பசோடனா' ரயில் நிலையத்தில், ஏறக்குறைய பத்து வருடங்களுக்குப் பிறகு, தாயைப் பார்க்கும் ஆவலோடு, கைகளில் மலர்ச்செண்டைப் பிடித்தபடி சகோதரன் சிட்னியுடன் காத்திருந்தார் சாப்ளின்.

பிளாட்ஃபாரத்தில் ரயிலும் வந்து நின்றது!

8

லண்டன் பயணம்

வாழ்க்கை ஒரு பரமபதம்!

ஏணிகளும் பாம்புகளும் ஏராளம், தாராளம். உருளும் சோழிகளாக, நாம் எதிர்கொள்ளும் ஒவ்வொரு கணமும் முக்கியமே! ஓர் ஏணியில் ஏறிய சந்தோஷத்தில் நாம் மிதக்கும்போதே, தெருத் திருப்பத்தில் சீறி வரும் தண்ணி லாரி போல, அடுத்த நொடியில் பாம்பு நம்மைக் கொத்திச் சாய்த்து கீழே இறக்கி கதிகலக்கிவிடும்.

ஆனால், சினிமாவில் காலடி வைத்த பிறகு, சாப்ளின் சந்தித்ததெல்லாம் அடுத்தடுத்து ஏணிகளையே! அவரது வாழ்வெனும் பரமபதத்தில் குறுக்கிட்ட பாம்புகள் என்றால், அது அவரது காதல்களும் திருமணங்களுமே!

28 வயதில் 16 வயது மில்ட்ரெட் ஹாரிஸ், 34 வயதில் 15 வயது லிட்டா கிரே, 46 வயதில் 16 வயது பவுலட் கோடார்ட் என அடுத்தடுத்துத் திருமணம் செய்து, பின்பு பொறியில் சிக்கிய எலியாகத் துடிதுடித்து அனைவரிடமும் விவாகரத்து பெற்றுக் கொண்டார். கடைசியாக 53 வயதில் திருமணம் செய்துகொண்ட ‘ஊநா ஓ நீல்’

என்பவருடன்தான் கடைசி வரை சாப்ளின் குடும்பம் நடத்தினார். இடையிடையே போலாநகரி, மரியோன் டேவிஸ், ஜார்ஜியா ஹேல், மே ரீவ்ஸ் என தன் சக நடிகைகள் பலருடனும் சாப்ளின் காதல் வயப்பட்டதும் காயப்பட்டதும் துன்பியல் வரலாறு!

வயதிலும் தோற்றத்திலும் அவர்கள் எல்லோருமே சாப்ளினின் பழைய காதலி ஹெட்டியைப் போல இருந்தனர். ஆனால், சுபாவத்தில் யாரும் அப்படி இல்லை என்பதுதான் பிரச்னை. இப்படி வாழ்நாள் முழுக்க ஹெட்டி, சாப்ளினின் நினைவுகளில் ஜீவ நதியாகப் பயணித்ததற்கு மிக முக்கியக் காரணம், அவளின் அகால மரணம்!

முதல் மனைவி மில்ட் ரெட்டிடம் இருந்து விவாகரத்து பெற்று, இனி தன் வாழ்வில் பெண்களுக்கே இடம் இல்லை என சாப்ளின் முடிவெடுத்திருந்த சமயம் அது. ஹெட்டியை முழுவதுமாக அவர் மறந்திருந்த காலகட்டம். 'தி கிட்' படத்தின் வெற்றி, அவரை உலகின் நிகரற்ற உச்சியில் உட்கார வைத்திருந்தது. உலகப் பிரபலங்களின் சந்திப்புகள், பத்திரிகை பேட்டிகள், திரைப்படப் பணிகள் எனப் பரபரப்பின் மையத்தில் இருந்தார். ஒப்பந்தப்படி உடனடியாக முடித்தாக வேண்டிய 'தி ஐடில் கிளாஸ்' படம் வேறு அவரை நெருக்கிக்கொண்டு இருந்தது. இப்படியே இரவு பகலாக ஓடிக்கொண்டு இருந்த சாப்ளினுக்கு படப்பிடிப்பின் நடுவே ஒரு சிறிய காயம் ஏற்பட்டது.

'படப்பிடிப்பில் சாப்ளினுக்குப் பயங்கர விபத்து! தலையில் எட்டு தையல்கள்... உயிருக்கு ஆபத்து!' என மறுநாள் பத்திரிகைகள் அலறின. படத்துக்கு விளம்பரமாக இருக்கும் என நினைத்த தயாரிப்பாளரின் கைங்கர்யம் அது. அதை அறியாத அப்பாவிப் பொதுமக்களிடமிருந்து எண்ணற்ற மலர்ச்செண்டுகள், தொலைபேசி அழைப்புகள், ஆயிரக்கணக்கான கடிதங்கள் சாப்ளினுக்கு வந்து குவிந்தன. அதில் ஒன்று, உலகப் புகழ்பெற்ற எழுத்தாளரான ஹெச்.ஜி.வெல்ஸ் எழுதியது. அந்த அன்பின் நெகிழ்ச்சியில் சாப்ளினுக்குக் கண்ணீர் கட்டியது. உடனடியாக அவருக்குப் பதில் எழுத வேண்டும் என நினைத்தபடி, அடுத்த கடிதத்தைப் பிரித்த சாப்ளினுக்கு இடி இறங்கியது.

‘என்னை நினைவிருக்கிறதா? இந்தச் சிறு பெண்ணை நீங்கள் மறந்திருக்கவும்கூடும். நான்தான் ஹெட்டி...’ — விழிகள் கசிய, விரல்கள் நடுங்கக் கடிதத்தைப் படிக்கலானார் சாப்ளின். ‘நான் ஒரு முட்டாள், அபாக்கியசாலி. நீங்கள் எவ்வளவு உயரமானவர் என்பதை உங்கள் படத்தைப் பார்த்தபோதுதான் தெரிந்துகொண்டேன். நான் இப்போது லண்டனில் இருக்கிறேன். லண்டன் வருவதாக இருந்தால், எனக்குத் தெரிவியுங்கள். கடைசியாக உங்களின் கை பிடித்து ஒருமுறை என் தவறுகளுக்காக மன்னிப்பு கேட்க வேண்டும்!’

கடிதத்தைப் படித்ததும் சாப்ளினுக்கு இருப்புக்கொள்ள வில்லை. நிலைகொள்ளாத உணர்ச்சி அலைகளால் மனம் தடுமாறியது. அடுத்த பத்து நாட்களுக்கு எல்லா நிகழ்ச்சிகளையும் ரத்து செய்தார். உடனடியாக லண்டன் செல்வதற்கான ஏற்பாடுகள் நடந்தேறின. அடுத்த சில நாட்களில் ‘ஒலிஸஸ்’ எனும் பிரமாண்ட கப்பல், அமெரிக்காவில் இருந்து புறப்பட்டது. காதலால் ஏங்கித் தவித்த இதயமொன்று அட்லாண்டிக் கடலலைகளின் மேல் தத்தளிப்பதை அறியாமல், அக்கப்பல் பெரும் சத்தமெழுப்பியபடி நிதானமாக லண்டன் நகரத்தை நோக்கிப் பயணித்தது. பயணம் முழுக்க, ஹெட்டியைப் பார்க்கப்போகும் நிமிடங்களை எண்ணி சந்தோஷித்தபடியே, கொந்தளிக்கும் கடலலைகளைப் பார்த்துக்கொண்டு இருந்தார் சாப்ளின்.

பராரியாய், பிச்சைக்காரச் சிறுவனாய் சாப்ளினை விரட்டியடித்த அதே லண்டன் நகரம், இன்று சாப்ளினை வரவேற்க சற்றும் வெட்கமில்லாமல் அல்லோலகல்லோலப் பட்டது. லண்டன் நாளிதழ்கள் பக்கம் பக்கமாகப் புகைப்படங்களுடன் சாப்ளின் வருகையைப் பற்றியும், அவர் செல்லும் இடங்களைப் பற்றியும் மக்கள் எந்தெந்த இடங்களில் நின்றால் சாப்ளினைத் தெளிவாகப் பார்க்க முடியும் என்றும் எழுதித் தள்ளின. மறுநாள், துறைமுகத்தில் இறங்கிய போது சாப்ளினை வரவேற்க எங்கு பார்த்தாலும் வெறிபிடித்த மக்கள் வெள்ளம். அங்கிருந்து சாப்ளின் லண்டனுக்கு ரயிலில் செல்ல, வழிநெடுக ஒவ்வொரு நிலையத்திலும் கூட்டம் கூட்டமாகக் கூடி கைதட்டி,

கரகோஷம் செய்து உற்சாகக் கூச்சலுடன் சாப்ளினை வரவேற்றனர்.

லண்டன் நகரை நெருங்கிக்கொண்டு இருந்தபோது, ரயிலில் ஒருவன் சாப்ளினைத் தேடி வந்து கைகுலுக்கி, ஒரு தகவல் சொன்னான். வந்தவன் ஆர்தர். ஹெட்டியின் சகோதரன். அவன் சொன்ன தகவல் சாப்ளினின் இதயத்தைச் சுக்குநூறாக வெடித்துச் சிதறடித்தது. யாரைப் பார்க்கக் கடல் கடந்து, கனவுகள் சுமந்து சாப்ளின் ஓடோடி வந்தாரோ, அந்த ஹெட்டியின் மரணச் செய்திதான் அது. நொறுங்கினார் சாப்ளின். இந்த லண்டன் நகரம் எப்போதும் இப்படித்தான். தன்னை மீண்டும் மீண்டும் அழவைத்து வேடிக்கை பார்க்கவே, இப்போதும் இங்கே வரவழைத்திருக்கிறது எனத் துடிதுடித்தார் சாப்ளின்.

ஓவெனக் கைகள் விரித்துக் கதறி அழக்கூட முடியவில்லை. அதற்குள் பெரும் கூட்டம் அவரைச் சுற்றிவிட்டது. ரயில், லண்டன் நகரின் வாட்டர்லூ நிலையத்தை அடைந்துவிட்டதை சாப்ளினுக்கு அவரது உதவியாளர் உணர்த்தினார்.

அன்று இரவு ஒரு மணிக்கு மேல், பனியில் நனைந்தபடி லண்டன் மாநகரமே ஆழ்ந்த உறக்கம் கொண்டிருந்த பின்னிரவு நேரம்... ரிட்ஸ் ஓட்டலிலிருந்து மப்ளரைச் சுற்றியபடி ஓர் உருவம் வெளியேறி வந்தது. யாருமே அடையாளம் காண முடியாத தோற்றம். சாப்ளினும் சிட்னியும் அவர்களின் தாயுடன் வறுமையின் பிடியில் அழுக்கான ஆடைகளுடன் வாழ்ந்த கென்னிங்டன் வீதிக்கு வந்து நின்றார். இருண்ட வீதியின் தார்ச் சாலைகள் இப்போதும் அதே நீல வெளிச்சத்தில் ஈரம் மின்னக் கிடந்தன. பிளாட் ஃபாரங்களில் அதே போல பலரும் உறங்கிக்கிடந்தனர். ஒரு நாய் ‘இவனும் நம் ஆள்தான்’ எனத் தெரிந்துகொண்டது போல, தலையைத் தூக்கிப் பார்த்து மீண்டும் படுத்துக்கொண்டது. அந்த வீதியின் 287—ம் வீட்டுக்கு அருகே வந்து நின்றார் சாப்ளின். மனநிலை பிறழ்ந்த தாயுடன் தான் கஷ்டப்பட்ட காலங்கள் அவர் கண் முன் நிழலாடின. அந்த நிழல்களைக் கடந்து கண்ணீர் அவரது கண்ணில் தலைப்பட்டது.

பெர்னாட்ஷாவுடன் சாப்ளின்

சாப்ளினது வாழ்வில் அந்தப் பயணம் பலவிதங்களில் முக்கியத்துவம் நிரம்பியதாக மாறியது. எழுத்தாளர் ஹெச்.ஜி. வெல்ஸ், புகழ்மிக்க நாடக ஆசிரியர் பெர்னாட்ஷா, வேல்ஸ் இளவரசர் போன்ற முக்கியத்துவம் வாய்ந்த சந்திப்புகள் சாப்ளினுக்குத் தன் படைப்புகளின் முக்கியத்துவத்தை உணர்த்தின.

அதன் பிறகு நியூயார்க் திரும்பிய சாப்ளின், தன் அடுத்தடுத்த மகத்தான காவியங்களுக்குத் தயார் ஆனார். சூழல் அப்போது வெகுவாக மாறியிருந்தது. மக்களின் ரசனை, நகைச்சுவைத் துண்டுப் படங்களிலிருந்து விலகி, கதைகளும் காவியத்தன்மையும் மிகுந்த முழு நீளப் படங்களின் பக்கம் திசை திரும்பியிருந்தது. 'காமெடியில் கலக்கிய சாப்ளினின் கதை இதோடு முடிந்தது!' எனப் பத்திரிகைகள் எழுதின.

ஆனால், 1923—ல் வெளியான 'வுமன் ஆஃப் பாரீஸ்', 1925—ல் வெளியான 'தி கோல்டு ரஷ்' ஆகிய இரு

படங்களுமே பெரு வெற்றி பெற்று, சாப்ளினது அமரத்துவம் வாய்ந்த கலைத்தன்மையை வெளிப்படுத்தின. 'கோல்டு ரஷ்' படப்பிடிப்பின்போதே அதன் கதாநாயகியான லிட்டா கிரேவின் வயிறு பெருக்கத் துவங்கியதால், சாப்ளின் அவரை அவசர அவசரமாகத் திருமணம் செய்தாக வேண்டிய நிர்ப்பந்தம் நேர்ந்தது. அவரது முதல் மகன் பிறந்த அதே ஆண்டில்தான், கடைசி வரை அவரது வாழ்க்கையில் நிரந்தரமாகப் பயணித்த நான்காவது மனைவி ஊநா ஓ நீலும் பிறந்திருந்தார்.

சார்லி சாப்ளின் ஜூனியர், சிட்னி சாப்ளின் ஆகிய இரண்டு இளவல்களைப் பெற்றுக்கொடுத்த லிட்டா கிரே, விவாகரத்து கேட்டு 1928—ல் நீதிமன்றம் ஏறினார்.

சாப்ளினை மிகவும் வேதனைக்கு உள்ளாக்கிய இந்த வழக்கு மூலமாக, லிட்டா கிரே ஒரு மில்லியன் டாலர் நஷ்டஈடு பெற்றார். இந்த இக்கட்டான சூழலில், சாப்ளின் தன் அடுத்த படமான 'சர்க்கஸ்' வேலைகளைத் துவக்கியிருந்தார். படப்பிடிப்பின் நடுவே வந்த செய்தி அவரை நிலைகுலைய வைத்தது. அவசரமாக க்ளென்டேல் மருத்துவமனைக்கு ஓடினார். ஆனாலும், அவரைக்காட்டிலும் வேகத்துடன் காலம், மகத்துவங்கள் நிரம்பிய அவரின் தாய் ஹென்னாவைத் தன்னிடம் அழைத்துக் கொண்டது.

'இந்த உலகமே தோற்கும் அன்பு அவளுடையது! அவளது தியாகத்தின், திறமைகளின், அவள் பட்ட வேதனைகளின் முன் நானும் என் திரைப்படங்களும் கால் தூசுக்குச் சமம்!' என்றார் சாப்ளின் மனமொடிந்து !

இந்தத் தொடர் வேதனைகளில் இருந்து அவரைக் காப்பாற்றும்விதமாக, 'சர்க்கஸ்' மகத்தான வெற்றியைப் பெற்றுத்தந்தது. சாப்ளினுக்குதான் அந்த வருடம் ஆஸ்கர் பரிசு என விமர்சகர்கள் ஆரூடம் கணித்திருந்தனர். ஆனால், 'ஜாஸ் சிங்கர்' எனும் முதல் பேசும் படம் அந்தப் பரிசைத் தட்டிச்சென்றது. நடிப்பு, கதை, வசனம், இயக்கம் ஆகிய துறைகளில் சிறந்து செயல்படுவதற்காக சாப்ளினுக்குச் சிறப்புப் பரிசு ஒன்றை அறிவித்தது ஆஸ்கர். சாப்ளினை இந்தச் சம்பவம் பெரிதும் பாதித்தது. மேன்மையான

உணர்வுகளைக் காவியமாகப் படைக்க முயலும் தன் போன்ற கலைஞர்களுக்குக் காலம் இதுபோன்ற பரிசைத்தான் தரும் என தனக்குத்தானே சமாதானம் செய்துகொண்டார். ஆனால், பத்திரிகைகளும் எதிரிகளும் சாப்ளினைச் சீண்டிப் பார்த்தனர். 'சினிமா பேசத் துவங்கிவிட்டது. இனி மௌன பாஷை காமெடியன்களுக்கு வேலையில்லை' எனக் கேலிகள், கிண்டல்கள்! தோல்வியின் விளிம்புக்குத் தான் தள்ளப்பட்டுவிட்டதாக சாப்ளினின் கலையுள்ளம் குமுறத்தொடங்கியது.

'சாப்ளினின் அடுத்த நடவடிக்கை என்ன?' என உன்னிப்பாக எதிர்பார்த்துக் காத்திருந்தது உலகம்!

சில நாட்களில் வெளியானது ஓர் அறிவிப்பு!

9

காலத்தை வெல்லும் காவியம்

எதிரிகள்தான் நம் ஏணிப்படிகள். அவர்கள் உருவாக்கும் தடைக்கற்கள்தான் நம் சாதனைகளுக்கான வெற்றிப் படிக்கட்டுகள். அவர்கள் விடுக்கும் சவால்கள்தான் நம்மைத் தூக்கி நிறுத்தும் நெம்புகோல்கள்.

'சினிமா பேச ஆரம்பித்துவிட்டது. இனி கோமாளிகள் ஓட்டமெடுக்கவேண்டியதுதான்' என, சாப்ளினின் வளர்ச்சியைப் பொறுக்க முடியாத அவரது எதிரிகளான சில ஸ்டுடியோ முதலாளிகளும், பத்திரிகையாளர்களும் வெளிப்படையாகப் பேசி, சாப்ளினுக்குக் காலம் முடிவுரை எழுதிவிட்டதாகக் கொக்கரித்தனர்.

ஆனால், சாப்ளின் அசரவில்லை.

அறிவியல் மகத்தானதுதான்; நாகரிகங்களின் அடிப்படையும் அதுதான். ஆனால், அதைவிடவும் பல மடங்கு உயர்ந்தது உண்மையான கலைப் படைப்பு என்பதை சாப்ளின் நன்கு உணர்ந்திருந்தார். முந்தைய கண்டுபிடிப்பைச் சாகடித்துவிட்டே அல்லது பின்னுக்குத் தள்ளிவிட்டே அறிவியலின் ஒவ்வொரு புதிய கண்டுபிடிப்பும் உதயமாகிறது.

ஆனால், ஒரு ஷேக்ஸ்பியரை, ஒரு டாவின்சியை, ஒரு பீத்தோவனை எந்தச் சக்தியாலும் அசைக்க முடியாது. அவர்களின் படைப்புகளைக் காலம் பல தலைமுறைகளுக்குத் தன் முதுகில் சுமந்து செல்லும். சாப்ளின் இதனைத் தெளிவாக அறிந்திருந்தார்.

தன்னை பழைமைப் படுத்தத் துடிக்கும் அனைவருக்கும் பாடம் கற்பிக்கும் வகையில் மேன்மையான காவியம் ஒன்றைப் படைக்க வேண்டும். இது அவரது மனதை அப்போது கவ்வியிருந்த ஒரே சவால்.

எந்த நாடோடி ஓடிப்போக வேண்டியதுதான் என்று கூக்குரலிட்டார்களோ, அதே நாடோடியைக் கதாநாயகனாகக் கொண்டே அந்தப் படத்தை உருவாக்க வேண்டும் என்று வைராக்கியம் கொண்டார் சாப்ளின்.

ஒரு கற்பனை யோகி போல தனக்குத்தானே விதிகளை உருவாக்கிக்கொண்டதன் பலனாக, காலம் வெல்லும் மகத்தான காவியம் அவருக்குள் கருக்கொண்டது. அதுதான் 'சிட்டி லைட்ஸ்'. 1931ல் அந்தத் திரைப்படம் வெளியாவதற்குச் சில நாட்களுக்கு முன், பிப்ரவரி 3—ம் தேதி வெளியான டைம் இதழுக்கு, தனது எதிரிகளைத் தவிடுபொடியாக்கும் விதத்தில் பேட்டி கொடுத்தார் சாப்ளின். "பாஷை, மனிதர்களைப் பிரிக்கிறது. மௌனம், மனித இதயங்களை இணைக்கிறது" என்றார். 'சிட்டி லைட்ஸின் வெற்றி, எனக்கு எதிராகப் பேசுபவர்களுக்கு முடிவுரை எழுதும்' என வெளிப்படையாகவே கூறியிருந்தார். இதனால் கொதிப்படைந்த அவர்கள், 'முதலில் படம் வெளியாகட்டும்; அப்புறம் பார்க்கலாம்' என கறுவிய கையோடு, சதிவேலைகளில் துரிதமாக இறங்கினர். அவர்கள் எண்ணத்துக்கு தியேட்டர் முதலாளிகளும் ஒத்துழைக்க, சாப்ளினுக்கு படத்தை ரிலீஸ் செய்வதில் சிக்கல் அதிகமானது. நியூயார்க் நகரத்தின் அனைத்து முக்கிய தியேட்டர்களும் சாக்குப்போக்கு சொல்லி சாப்ளினை அவமானப்படுத்தும் விதமாக வெளியேற்றின. அந்தச் சமயம் பார்த்து, ஜெர்மனியிலிருந்து ஈடு இணையற்ற அறிவியல் மேதை ஐன்ஸ்டீன், சாப்ளினைப் பார்க்க நியூயார்க் வந்திருந்தார். 'என்னைப் போன்ற விஞ்ஞானிகளைவிட,

சாப்ளின் உயர்ந்தவர்' என பத்திரிகையாளர்களுக்குப் பகிரங்கமாகப் பேட்டி தந்தார். ஆனாலும், எதிரிகள் தங்கள் நிலைப்பாட்டில் இருந்து இம்மியளவும் நகரவில்லை. படத்தை வெளியிட ஏற்கெனவே அறிவித்திருந்த குறிப்பிட்ட தேதியும் நெருங்கியது. 'சிட்டி லைட்ஸ்' படத்தை வெளியிட முடியாமல் சாப்ளின் திண்டாடுவதைப் பார்த்து எதிரிகள் சிரித்தனர்.

உலகின் மிகச்சிறந்த பத்துப் படங்களில் ஒன்றாக, உலகின் தலைசிறந்த விமர்சகர்களாலும், தலைசிறந்த இயக்குனர்களாலும் கருதப்படும் அந்தத் திரைப்படம், திரையிடப்பட அரங்கங்களே கிடைக்கவில்லை என்பதுதான் வேடிக்கையான வேதனை. படம் வெளியாகும் தேதி நெருங்க நெருங்க, சாப்ளினுக்கு நெருக்கடி அதிகமானது. பெரும் போராட்டத்துக்குப் பிறகு, ஒரே ஒரு தியேட்டர் மட்டும் படத்தை வெளியிட ஒப்புக்கொண்டது. ஜார்ஜ்சிகோஹன் என்பது அந்த அரங்கத்தின் பெயர். அந்தத் தியேட்டரில் பொதுவாக யாரும் படத்தை வெளியிடமாட்டர்கள். காரணம், 1,550 இருக்கைகள் கொண்ட அந்தத் தியேட்டரில் எந்த ஒரு படமும் ஹவுஸ்ஃபுல் ஆனதில்லை. என்னதான் சூப்பர் படமாக இருந்தாலும், அங்கு ஈயாடும். அத்தகைய 'பெருமை' கொண்ட அந்த அரங்கத்தில் 'சிட்டி லைட்ஸ்' வெளியானது. சாப்ளினோடு சேர்ந்து படத்தின் முதல் நாள் காட்சியைப் பார்க்க வேண்டும் என விருப்பத்துடன் புறப்பட்டார் ஐன்ஸ்டீன். அரங்க வாசலுக்கு அருகே கார் சென்றதும், இருவரும் ஆச்சர்யத்தால் பிரமித்தனர். அத்தனை பெரிய திரையரங்கம் ஹவுஸ்ஃபுல் ஆகி, வெளியே கூட்டம் கட்டுக்கடங்காமல் பெரிய போக்குவரத்து நெரிசலை உருவாக்கி இருந்தது. படம் துவங்கியதிலிருந்து இறுதி வரை ஐன்ஸ்டீ ன் கண்களில் நீர் வழிந்துகொண்டே இருந்தது. படம் முடிந்து அரங்கத்தை வெளிச்சம் நிறைத்தபோது, பலத்த கரகோஷங்களுக்கு இடையே சாப்ளினின் கன்னங்களில் கண்ணீர் உருண்டது. எதிரிகளின் கண்களையும் கண்ணீர் நிறைத்தது. அந்த மகத்தான காவியத்துக்கு, அவர்களும் அரங்கத்தில் கூட்டத்தோடு கூட்டமாக வெட்கத்துடன் எழுந்து நின்று மரியாதை செலுத்தினர். 'சோதனைகளிலிருந்துதான் சரித்திரங்கள்

ஐன்ஸ்டீனுடன் சாப்ளின்

உருவாகின்றன' என்பது அன்று மீண்டும் ஒரு முறை நிரூபணம் ஆனது.

'சிட்டி லைட்ஸ்' படத்துக்குப் பிறகு சாப்ளின் உலகமெங்கும் மனித குலத்தை மேன்மைப்படுத்த வந்த ஒப்பற்ற கலைஞனாக மதிக்கப்பட்டார். 'பேட்டில் ஷிப் போட்டெம்கின்' எனும் உலகப் புகழ் பெற்ற படத்தை இயக்கிய, ரஷ்ய திரைப்பட இயக்குனரான ஐசன்ஸ்டீன் எனும் மிகப் பெரிய கலைஞர் அமெரிக்கா வந்தபோது, 'தான் வாழ்நாளில் சந்திக்கும் மிகச்சிறந்த கலைஞன்' என சாப்ளினைப் புகழ்ந்தார். 'சிட்டி லைட்ஸ்' லண்டன் திரையீட்டுக்குச் சென்றபோது, அப்போதைய பிரதமரான வின்ஸ்டன் சர்ச்சில் மற்றும் பெர்னாட்ஷா போன்றவர்கள் தேடி வந்து கைகுலுக்கி, விசேஷ விருந்தளித்துக் கௌரவித்தனர். ஆனால், சாப்ளினுக்கு அவர்களைவிட வேறு ஒரு முக்கியத் தலைவரைக் காணும் ஆவல் மிகுந்திருந்தது. அவரும் அப்போது லண்டனுக்கு வந்திருந்தார். அந்தத் தலைவரைப் பற்றியும், அவரது அஹிம்சை தத்துவங்கள் பற்றியும், இந்திய சுதந்திரத்துக்காக அவர் மேற்கொண்டு வரும் அறப் போராட்டங்கள் பற்றியும்

சாப்ளின் முன்பே கேள்விப்பட்டு, அந்த உயர்ந்த மகானைக் காண வேண்டும் என பெரு விருப்பம் கொண்டு இருந்தார். சாப்ளின் சர்ச்சிலிடம் தன் விருப்பத்தை வெளியிட்டதும், சட்டென அதற்கான ஏற்பாடுகள் நடந்தன.

லண்டனில் இந்தியர்கள் அதிகம் வசிக்கும் 'ஈஸ்ட் இந்தியா டாக் ரோட்' எனப்படும் ஏழைகள் மிகுந்த குடியிருப்புப் பகுதி. அங்கு ஒரு சாலையில் வந்துகொண்டு இருந்த சாப்ளினின் கார், ஒரு வீட்டின் முன் நின்றது. மாடியில் ஒரு சோபாவில் சாப்ளின் படபடப்புடன் காத்திருக்க, சில நிமிடங்களில் இடுப்பில் அரை வேட்டியுடன் அந்த அறைக்குள் பிரவேசித்தார் அந்த மகான். 'காந்தியைப் பார்த்த அந்த நொடி, அவரது எளிமை, உள்ளம் சுடும் அவரது உண்மை என் இதயத்தை அந்த அறையைப்போல ஒளி வெள்ளத்தால் நிரம்பச்செய்தது' என சாப்ளின் இந்தச் சம்பவம் குறித்து தன் சுய சரிதையில் குறிப்பிடுகிறார்.

லண்டனைத் தொடர்ந்து சாப்ளின் பிரான்ஸ், ஜெர்மனி போன்ற நாடுகளுக்குச் சுற்றுப் பயணம் மேற்கொண்டுவிட்டு மீண்டும் அமெரிக்கா திரும்பியபோது, அவரது எண்ணத்தில் பலவிதமான உணர்ச்சி அலைகள்

! ஒவ்வொரு நாட்டிலும் அந்நாட்டு மக்களிடம் தென்பட்ட அதீத தேசபக்தி அவருக்குள் ஒரு பயத்தை ஏற்படுத்தியிருந்தது. நிலநடுக்கத்துக்கு முன் வானத்தில் இடம் பெயரும் பறவைகளைப் போல், வரவிருக்கும் உலகப் போருக்கான அபாயச் சங்கொலியாக அதனை உணர்ந்தார் சாப்ளின். மேலும் சர்வதேச பிரச்னைகளான வேலையில்லா திண்டாட்டம், வறுமை, அநீதி இவற்றை ஒழிக்க பொருளாதார அடிப்படையில் திட்டம் ஒன்றை உருவாக்க முயன்றார். அந்தத் திட்டம் என்ன ஆனதோ தெரியவில்லை. ஆனால், சாப்ளினுக்கு அந்த எண்ணங்களின் மூலம் ஒரு கதை பிரசவமானது. அந்தக் கதைதான் அடுத்த இரண்டு வருடங்களில் 'மாடர்ன் டைம்ஸ்' எனும் தலைப்பில் திரைப்படமாக உருவானது.

சாப்ளினின் அடுத்த படம், 1936—ல் வெளியான இந்தத் திரைப்படத்தில், 'உலகம் இயந்திரமாகி வருவதையும், அதனால் மனித மாண்புகளுக்கு மதிப்பீடு குறைந்து வருவதையும் சாப்ளின் தன் பாணியில் கடுமையாகச் சாடியிருந்தார். ஆனால், இதைத் தவறாகப் புரிந்துகொண்ட அமெரிக்க அரசு, கம்யூனிஸ்ட் ஆதரவாளர் என சாப்ளின் மீது முத்திரை குத்தி, வழக்குத் தொடுத்து உள்ளே தள்ளச் சரியான சந்தர்ப்பத்தை எதிர்பார்த்துக் காத்திருந்தது. இதைப் புரிந்துகொண்ட சாப்ளின், 'கம்யூனிஸ்ட்களும் மனிதர்கள்தான். அவர்களுக்கும் நம்மைப் போலத்தான் வாயும் வயிறும், கையும் காலும் இருக்கிறது' என வெளிப்படையாகவே அரசாங்கத்தைத் தாக்கினார்.

இதனால், அமெரிக்க அரசு கடுங்கோபம் கொண்டது. ஆனால், அன்றைய சூழலில் சாப்ளின் மீது ஏதேனும் நடவடிக்கை எடுத்தால் அமெரிக்காவே கொந்தளிக்கும் என்பதால், நிதானத்தைக் கடைப் பிடிக்க ஆரம்பித்தது.

10

ஆஸ்கர் அளித்த விருது

'மாடர்ன் டைம்ஸ்' வெற்றிக்குப் பிறகு, சாப்ளின் அடுத்த திரைப்படத்துக்குத் தயாரானார். திரைப்படம் எனும் அற்புதமான கலைச் சாதனத்தை, உலகம் முழுக்க எல்லோரும் தங்கள் வசதிகளைப் பெருக்கிக்கொள்ள உதவும் கேளிக்கைப் பொருளாக மட்டுமே பயன்படுத்தி வந்த சமயத்தில், உலக மக்கள் அனைவரது நன்மைக்காகவும், வன்முறை தொலைந்து மனித நேயம் செழித்தோங்கச் செய்யவும், ஒரு திரைப்படம் தயாரிக்க முடிவு செய்தார் சாப்ளின். கூடவே, ஒரு புதிய முடிவுக்கும் தன்னை ஆட்படுத்திக்கொண்டார். இதுவரை படங்களில் பேசாதிருந்த அவர், முதல் முறையாகப் பேசுவதென முடிவு செய்தார். 'நாடோடி பேச ஆரம்பித்துவிட்டான்' என்ற விளம்பரத்தோடு 1938—ல் 'தி கிரேட் டிக்டேட்டர்' திரைப்படத்தை துவக்கினார் சாப்ளின். 1940—ல் அப்படம் வெளியானபோது சாப்ளின் அறிவித்திருந்தபடி இரண்டாம் உலகப்போர் ஆரம்பமாகி அதன் உச்சநிலையை அடைந்துகொண்டிருந்தது. இன்று வரை உலக சினிமா வரலாற்றில் எத்தனையோ பேசும் படங்கள் வந்திருக்கலாம். ஆனால், சாப்ளின்

சாப்ளினின் மனைவிகள்

தனது முதல் பேசும் படத்தின் கடைசி காட்சியில் பேசியது போன்ற வசனங்களை எந்த நடிகரும் பேசவில்லை. எந்தப் படத்திலும் இது போன்ற வசனங்கள் எழுதப்படவும் இல்லை. சினிமா என்ற அற்புதமான சாதனத்துக்கு மட்டும் மனசென்று ஒன்று இருந்திருக்குமானால், அது தான் பிறந்ததற்கான காரணத்தை அடைந்துவிட்டதாக எண்ணி இந்தப் படத்துக்காக பூரிப்படைந்திருக்கும்.

இரண்டாம் உலகப்போர் முழுவதுமாக முடிவடைந்த பிறகுதான், ஹிட்லர் செய்த இனப் படுகொலைகளின்

கொடூரம் உலகுக்கு வெட்ட வெளிச்சமானது. 'தி கிரேட் டிக்டேட்டரி'ன் உண்மையான உயரத்தை இதன் பிற்பாடுதான் உலகமும் புரிந்துகொண்டது.

இதனிடையே, சாப்ளின் தன் அடுத்த பட வேலைகளில் தீவிரமாக மூழ்கினார். அதற்கான கதை ஆலோசனையின்போது ஒரு பெண்மணி அவருக்கு போன் செய்து, 'சார்லி உன்னை பார்த்து உனது அடுத்த படத்தில் கதாநாயகியாக நடிக்க சான்ஸ் கேட்க வேண்டுமென்று ஓர் அழகானப் பெண் என்னை நச்சரிக்கிறாள், எனக்காக அவளை ஒரு முறை பாரேன்" என அந்த பெண்மணி, ஒரு நடிகைக்காக பரிந்துரைக்க, சாப்ளினும் அந்த பெண்ணை வரச்சொல்லி பார்த்தார். புகழ்பெற்ற நாடக ஆசிரியரான யூஜின் ஓ நீல் என்பவரின் மகளான அவளது பெயர் ஊனா ஓ நீல். பதினெட்டு வயது தாமரை மொக்கு போல வந்து நின்ற அவளை பர்த்த முதல் தருணத்திலேயே, முழுமையாகக் காதல் வயப்பட்டார் சாப்ளின். ஏற்கனவே மூன்று திருமணங்கள் நடந்து விவாகரத்தான நிலையில், அந்த ஐம்பத்து மூன்று வயதான பின்னும் அவருக்குள் காதல் மீதான நம்பிக்கை இன்னும் குறையாததாகவே இருந்தது. ஊனாவுக்கு பதில் சொல்ல வார்த்தையே இல்லை. ஆனால், அவளது அப்பாவான யூஜின் ஓ நீலுக்குதான் கடும் கோபம். திருமணத்திற்கு தடைவிதித்தார். சரியாக வயது பதினெட்டை கடப்பது வரை ஊனா காத்திருந்தார். பதினெட்டை கடந்த மறுநாளே சட்டப்படி ஊனா பெட்டி படுக்கைகளை தூக்கிக்கொண்டு சாப்ளினின் வீட்டுக்கு வந்தாள். 1943, ஜூன் 11—ம் நாள் சாப்ளினும் ஊனாவும் மோதிரம் மாற்றிக்கொண்டனர். அடுத்த வருடமே அவர்களுக்கு ஜெரால்டின் எனும் பெண் குழந்தையும் பிறந்தாள்.

இந்தச் சமயத்தில், ரஷ்யாவில் அப்போது ஸ்டாலினின் வளர்ச்சி அமெரிக்காவுக்குப் பெரும் தலைவலியைத் தந்துகொண்டு இருந்தது. அக்கம்பக்கத்து நாடுகளில் கம்யூனிஸ்ட்டுகள் ஆட்சிப் பொறுப்புக்கு வரவே, அமெரிக்காவுக்கு மேலும் கிலி பிடிக்க ஆரம்பித்தது. சாப்ளின் மேல் எப்போதும் ஒரு கண்வைத்திருந்த அமெரிக்காவுக்கு, அப்போது சாப்ளின் தீவிரமாக ஈடுபட்டு

வந்த அவரது அடுத்த படம் பற்றி தகவல் தெரியவந்து அதிர்ந்தது. 'மொனொய்சியர் வெர்டாக்ஸ்' எனும் அந்தப் படமும் கம்யூனிசத்துக்கு ஆதரவான படம் எனும் தகவலை உளவுத்துறை மூலம் தெரிந்துகொண்ட அமெரிக்க அரசு, உடனே அதற்கான விசாரணைக்கு முடுக்கி விட்டது. அமெரிக்க உளவு நிறுவனமான எஃப்.பி.ஐ. சார்லியை நான்கு மணி நேரம் குறுக்கு விசாரணை செய்தது. ஆரம்பம் முதலே அமெரிக்காவில் சாப்ளின் குடியுரிமை இல்லாமல்தான் வாழ்ந்துகொண்டு இருந்தார். அமெரிக்கா பலமுறை இவ்விவகாரத்தைக் கையில் எடுத்தபோதும், சாப்ளின் அமெரிக்கக் குடியுரிமை வாங்க விருப்பமற்றவராகத் தட்டிக் கழித்து வந்தார். இது குறித்து கேள்வி கேட்டு குடைந்த அவர்கள் சார்லியின் சொந்த வாழ்க்கை பற்றியும் தோண்டி துருவி கேள்வி கேட்ட அவர்கள், அவர் எந்த இனத்தைச் சேர்ந்தவர் என தெரிந்துகொள்ள போராடினர். இறுதியாக அவர்கள் ஒன்றை எழுதிக்காட்டி அதனை உரக்க கூறும்படியும், அதனை தாங்கள் டேப்பில் பதிவு செய்துகொள்வதாகவும் கேட்டனர். அவர்கள் எழுதித்தந்த வாசகம் சாப்ளினை அதிர வைத்தது. "நான் உலகில் உள்ள அனைத்து கம்யூனிஸ்ட்களையும் வெறுக்கிறேன்." இதுதான் அவர்கள் உரக்க சொல்லச் சொன்ன வாசகம். சாப்ளின் தைரியமாக, 'இதனைச் சொல்வதில் எனக்கு உடன்பாடில்லை' எனக் கூறியதோடு நில்லாமல் அங்கிருந்து வேகமாக வெளியேறினார்.

இந்தச் சம்பவத்திற்குப் பிறகு அமெரிக்காவுக்கும் சாப்ளினுக்குமிடையிலான பனிப்போர் தீவிரமடைய துவங்கியது. 'ஏதேனும் வழக்கு மாட்டினால் சாப்ளினை உள்ளே போட்டு பழி தீர்க்கலாம்' என எத்தனையோ சதிகளைத் தீட்டி ஆவலுடன் எதிர்பார்த்துக் கிடந்தது. அவரது மூத்த மனைவியான லிட்டா கிரேயை மடக்கி அவள் மூலமாக ஏதேனும் வழக்குத் தொடுக்கலாமா? என அமெரிக்க அரசு முயற்சி செய்து பார்த்தது. ஆனால், அதன் எந்த திட்டமும் பலனளிக்கவில்லை. லிட்டா கிரே, 'என்னதான் சாப்ளினுக்கும் எனக்கும் பிரச்னை இருந்தாலும், ஒருக்காலும் அவருக்கெதிராக சாட்சி சொல்லமாட்டேன்' என உறுதியாக மறுத்துவிட்டார்.

இதனிடையே சாப்ளினுக்கும் ஊநாவுக்கும் மைக்கேல், ஜோசபைன், விக்டோரியா என மூன்று குழந்தைகள் பிறந்தன.

1950—ல் உடனடியாக அமெரிக்க அரசு, மெக்கார்த்தி என்பவரது தலைமையில், ஹாலிவுட்டில் இருக்கும் கம்யூனிஸ்ட் ஆதரவாளர்களைப் பட்டியலிட்டு, அனைவரையும் முடக்கி வைக்கத் திட்டம் தீட்டியது. மெக்கார்த்தியின் இந்தப் பட்டியலில் முதல் ஆளாக இடம் பெற்றார் சாப்ளின். தகுந்த சந்தர்ப்பத்துக்காகக் காத்திருந்தது அமெரிக்கா.

இந்தச் சூழ்நிலையில், 1952—ம் ஆண்டு சாப்ளின் தனது 'லைம் லைட்' படத்தின் வெளியீட்டுக்காக லண்டன் புறப்பட்டார். உடனே அமெரிக்க அரசு, தன் விஷப் பல்லைக் காட்டிச் சிரித்தது. கப்பல் லண்டனை நெருங்கிக்கொண்டு இருந்தபோது, பயணத்தில் இருந்த சாப்ளினுக்குப் பணியாளன் அமெரிக்க அரசிடமிருந்து வந்த தந்தியைக் கொடுத்தான். 'சாப்ளின்! இந்த நிமிடத்திலிருந்து நீங்கள் நாடு கடத்தப்பட்டுள்ளீர்கள். உங்கள் சொத்து பறிமுதல் செய்யப்படுகிறது. மீண்டும் நீங்கள் அமெரிக்காவில் காலடி வைத்தால், கைது செய்யப்படுவீர்கள்' என்றது அந்தத் தந்தி.

அமெரிக்கா தன் முதுகில் குத்திய வலியோடு, அந்த நன்றிகெட்ட அரசாங்கத்தை எண்ணி வேதனைப்பட்டவராக லண்டனில் கால் பதித்தார் சாப்ளின்.

அதன் பிறகு, மனைவி ஊனா ஓ நீல் மற்றும் தனது எட்டுக் குழந்தைகளுடன் 1953 ஜனவரியில் ஸ்விட்சர்லாந்துக்குக் குடிபெயர்ந்தார். சார்லியை அமெரிக்கா கைவிட்டிருந்தாலும் உலகம் அவரை பாசத்துடன் ஏந்திக்கொண்டது.

1954—ம் ஆண்டு மே மாதம் சார்லி சாப்ளினுக்கு உலக அமைதிக்குழுவின் பரிசு வழங்கப்பட்டது. ஸ்விட்சர்லாந்துக்கு வந்தபின், சாப்ளின் அதனை தனக்குக் கிடைத்த ஓய்விடமாகக் கருதவில்லை. தன் அடுத்த படமான 'எ கிங் இன் நியூயார்க்' படத்திற்கு துரிதமாக தயாரானார். அன்றைய காலத்தில் தலைசிறந்த நட்சத்திரங்களான மார்லன் பிராண்டோ, மற்றும் சோபியா லாரன் ஆகியோர் அந்தப் படத்தில் நடித்தனர். ஆனால், படம்

வெளியானபோது அது ரசிகர்களிடையே எதிர்பார்த்த வெற்றியைப் பெறவில்லை. இந்த விரக்தியிலிருந்து வெளியேறும் விதமாக சாப்ளின் ஊனாவின் மூலமாக மேலும் மூன்று குழந்தைகளுக்கு தந்தையானார்.

காலங்கள் மாறின. உலகம் வேகமான வளர்ச்சிப் பாதையில் அடியெடுத்து வைத்து, பீடுநடை போட்டுக்கொண்டு இருந்தது. திரைப்படங்கள் வண்ணம் பூசிக்கொண்டன. அதிவேக ரயில்கள், பெரு நகரங்களைத் தங்களது சத்தங்களால் அலறவைத்தன. இப்போது அந்த நாடோடியின் தசைகள் சுருங்கத் துவங்கியிருந்தன. முறையாக பள்ளிக்குச் சென்று கல்வி கற்காத சார்லிக்கு ஆக்ஸ்போர்ட் மற்றும் டுர்ஹேம் பல்கலைக்கழகங்கள் டாக்டர் பட்டங்களை தந்து அவரை கௌரவித்தன. பிரான்ஸ் தனது தேசத்தின் கௌரவ விருதான 'கிராண்டே வெர்மயில்' எனும் விருதை 1971—ல் சார்லி சாப்ளினுக்கு தந்து பெருமைப்படுத்தியது.

இதனிடையே அமெரிக்காவும் பல மாற்றங்களைக் கண்டது. ஸ்டாலின் போய் குருஷேவ் வந்தார். அதன் ரஷ்ய பயமும் குறைந்து, தனது கடந்தகால தவறுக்குப் பிராயச்சித்தம் தேடிக்கொள்ளக் காத்திருந்தது.

1972—ம் ஆண்டு, ஆஸ்கர் பரிசு விழா அரங்கம்... திரையுலகின் ஒப்பற்ற மேதையாகவும், திரைப்படத் துறையின் கதை, திரைக்கதை, இசை, அரங்க நிர்மாணம், இயக்கம் என சகல துறைகளிலும் ஒப்புமை கூற முடியாத நிகரற்ற கலைஞனாகவும் தனது பங்களிப்பைத் தந்தமைக்காக சாப்ளினுக்கு 'கலையுலக வாழ்நாள் சாதனையாளர் விருது' வழங்குவதில் பெருமைகொள்வதாக ஆஸ்கர் பரிசுக் குழுவின் அறிவிப்பு மேடையில் வாசிக்கப்பட, அரங்கமே எழுந்து நின்று கைதட்டியது. அப்போது தள்ளாடியபடி 82 வயது முதியவர் ஒருவர் கோட்டும் சூட்டும் அணிந்தபடி, அந்த மேடையில் ஏறினார். அப்போது அவருக்கு யார் மீதும் கோபம் இல்லை. உலகுக்கே அன்பு செய்யக் கற்றுத் தந்தவருக்கு மன்னிக்கும் மனசுக்கா பஞ்சம்!

சாப்ளினின் தாயார் ஹென்னா, கடைசிவரை காப்பாற்றும்படி சிறு வயதில் கூறியிருந்த இரண்டு

விஷயங்களான அன்பும் கருணையும் இன்னமும் வற்றாத ஜீவனோடு அவரிடம் இருந்தன. அம்மா பால்யத்தில் தனக்குச் சொன்ன கதைகளை சாப்ளின் தன் பேரக் குழந்தைகளுக்குச் சொல்லிக்கொண்டு இருந்தார்.

1977—ல் ஒரு கிறிஸ்துமஸ் நாளின் இரவில், உலகில் நடந்த பல மரணங்களில் ஒன்றாக, சார்லி சாப்ளின் எனும் அந்தத் தன்னிகரற்ற 20—ம் நூற்றாண்டுக் கலைஞனின் மரணமும் நிகழ்ந்தது.